நான் விரும்பும் நம் அரசியல்

விவின்

ஜேஎஸ்வி பப்ளிகேஷன்ஸ்

பதிப்பகம்:

JSV Publications

முதல் பதிப்பு: 2026

தமிழ்நாடு, இந்தியா

சமர்ப்பணம்

இந்திய தேசத்தின் நலத்தையும்,
வளத்தையும் கண்ணும் கருத்துமாகக்
கொண்டு,

ஒவ்வொரு நாளும் அயராது பாடுபட்டு
உழைக்கின்ற, ஒவ்வொரு நொடிப்
பொழுதும் இந்த தேசத்தின் நலத்தையும்,
வளத்தையும் உயர்த்திக் கொண்டிருக்கின்ற,

பெருமதிப்பிற்கும்,

பெருமரியாதைக்கும் உரிய இந்திய
தேசத்தின் நலன் மற்றும் வளன் விரும்பும்
ஒவ்வொரு இந்திய தேசத்தின்
குடும்பத்தாருக்கும்

இப்புத்தகம் சமர்ப்பணம்.

உள்ளடக்கம்

முன்னுரை

அரசியல் என்பது மனித வாழ்விலிருந்து பிரித்துப் பார்க்க முடியாத ஓர் அங்கமாகும். ஒரு சமூகத்தின் சுதந்திரம், பொருளாதாரம் மற்றும் ஒட்டுமொத்த நல்வாழ்வு ஆகியவற்றைத் தீர்மானிக்கும் ஆணிவேராக அரசியலே செயல்படுகிறது. ஆனால், 'மக்களால் மக்களுக்காக' உருவாக்கப்பட்ட ஜனநாயகத்தில், இன்று அதிகாரம் என்பது ஒரு சிலரின் கைகளுக்குள் சுருங்கிவிட்டதோ என்ற ஆதங்கம் சாமானியர்கள் ஒவ்வொருவருக்குள்ளும் எழத்தான் செய்கிறது. அப்படியானால், நாம் எங்கே பயணிக்கிறோம்? இதை மாற்றிமைக்க நாம் என்ன செய்ய வேண்டும்? இந்தக் கேள்விகளுக்கான தேடலே இந்தப் புத்தகம்.

"நான் விரும்பும் நம் அரசியல்" என்பது வெறுமனே தனிமனிதனின் சிந்தனை அல்ல; இது கோடிக்கணக்கான மக்களின் மனங்களில் உறங்கிக் கொண்டிருக்கும் ஓர் ஆரோக்கியமான அரசியல் கனவின் வெளிப்பாடு. அரசியல் என்பது ஐந்து ஆண்டுகளுக்கு ஒருமுறை நிகழும் ஆட்சி மாற்றம் மட்டுமல்ல; அது ஒரு தேசத்தின் தலைவிதியையும், வருங்காலத் தலைமுறையின் எதிர்காலத்தையும் செதுக்கும் உன்னதச் சக்தி என்பதை இந்த நூல் ஆழமாக வலியுறுத்துகிறது.

குறைகளை மட்டுமே சுட்டிக்காட்டிக் கொண்டிருப்பதை விட, அதைத் தாண்டிச் செயல்படுவதே நிரந்தரத் தீர்வாகும். உண்மையான மக்கள் ஆட்சி அமைய வேண்டுமெனில், அரசியலில்

வெளிப்படைத்தன்மை, நேர்மை, அறம் சார்ந்த தலைமைத்துவம் ஆகியவை எவ்வளவு அவசியம் என்பதைச் சமூகக் கட்டமைப்பின் ஊடாக இதில் விவாதித்திருக்கிறேன்.

வெறும் வாக்காளர்களாகச் சுருங்கிவிடாமல், இந்தச் சமூகத்தின் மீது உண்மையான அக்கறைகொண்ட பொறுப்புள்ள குடிமக்களாக நமது அடிப்படைப் பங்கு என்ன என்பதை நாம் உணர வேண்டும். மாசற்ற ஜனநாயகத்தை மீட்டெடுக்கவும், அறம் சார்ந்த அரசியல் கட்டமைப்பை வளர்த்தெடுக்கவும் நாம் அனைவரும் ஒன்றிணைந்து செயல்பட வேண்டியது காலத்தின் கட்டாயமாகும்.

இந்த நூல், அரசியல் குறித்த உங்களின் அன்றாடப் பார்வையை மாற்றி, ஒரு புதிய, நம்பிக்கையான கோணத்தை வழங்கும் என உறுதியாக நம்புகிறேன். நாம் விரும்பும்

அரசியலை உருவாக்க மக்கள் சக்தியும், தொடர்ந்த விழிப்புணர்வும், ஒருங்கிணைந்த செயல்பாடும் மிக மிக அவசியம்.

வாருங்கள், நமக்கான அரசியலை நாமே கட்டமைப்போம்!

அன்புடன்,

விவின்

தமிழ்நாடு, இந்தியா.

பதிப்புரை

நம் அரசியல்

(மக்களால், மக்களுக்காக, மக்களாகவே)

நம்முடைய அரசியல் என்பது, மக்களால் உருவாக்கப்பட்டு, மக்களுக்காகவே செயல்பட்டு, ஒட்டுமொத்த மக்களையும் பிரதிநிதித்துவப்படுத்தும் ஓர் உன்னத அமைப்பாக இருக்க வேண்டும். இதுவே உண்மையான ஜனநாயகத்தின் அடிப்படை நோக்கமாகும்.

1947-ஆம் ஆண்டு இந்தியா விடுதலை பெற்றதன் தொடர்ச்சியாக, 1950 ஜனவரி 26-ஆம் தேதி மாபெரும் இந்திய அரசியலமைப்பு நடைமுறைக்கு வந்தது. அதன் மூலம், உலக அரங்கில் இந்தியா ஒரு வலிமையான

ஜனநாயகக் குடியரசாக உருவெடுத்து, மக்கள் ஆட்சியின் பாதையில் கம்பீரமாகப் பயணிக்கத் தொடங்கியது. இந்திய ஜனநாயகம் இத்தனை ஆண்டுகளாகத் தொய்வின்றிச் செயல்பட்டு வருவதும், பல நெருக்கடியான தருணங்களில் மக்கள் தங்கள் அரசியல் விழிப்புணர்வை நிரூபித்திருப்பதும் நமது நாட்டின் முன்னேற்றத்திற்கு மிக முக்கியக் காரணங்களாக அமைந்துள்ளன.

இருந்தபோதிலும், சில காலகட்டங்களில் இந்த ஜனநாயகத்தின் உண்மையான பாதை மங்கலாவதையும் நாம் காண முடிகிறது.

மக்களுக்கே முழுமையாக உரித்தான அதிகாரம், ஒரு சிலரின் கைகளுக்குள் மட்டுமே சுருங்கிவிடும்போது, “உண்மையிலேயே மக்கள் விழிப்போடுதான்

இருக்கிறார்களா?” என்ற நியாயமான கேள்வி நமக்குள் எழுகிறது.

மக்களின் விழிப்புணர்வு குறையும்போது, அதிகார வர்க்கம் ஆதிக்கம் செலுத்துகிறது; மக்களின் உரிமைகள் சத்தமின்றிப் பறிக்கப்படுகின்றன என்ற வேதனையான உண்மை அவ்வப்போது கண்முன் வந்து செல்கிறது. தேவையற்ற விஷயங்கள் முன்னிலைப்படுத்தப்பட்டு, முக்கியப் பிரச்சனைகள் இருட்டடிப்பு செய்யப்படும் இன்றைய சூழலில், நமது ஜனநாயக அரசியலை நாம் நேர்மையாகச் சிந்தித்து மறுபரிசீலனை செய்ய வேண்டிய கட்டாயம் ஏற்பட்டுள்ளது.

இந்த நூல், நமது அரசியல் கட்டமைப்பை ஆழமாகப் புரிந்துகொள்ளவும், ஒவ்வொரு குடிமகனும் முழு விழிப்புணர்வுடன்

ஜனநாயகத்தில் பங்கேற்கவும் ஒரு சிறந்த சிந்தனைத் தூண்டலாக அமையும் என உறுதியாக நம்புகிறேன்.

மக்கள் அதிகாரம் மக்களிடமே இருக்க வேண்டும்!

அது மக்களின் மேம்பாட்டிற்காக மட்டுமே பயன்பட வேண்டும்!

“நான் விரும்பும் நம் அரசியல்”

இது வெறும் புத்தகம் மட்டுமல்ல;

ஒரு மாபெரும் சமூகச் சிந்தனைக்கான அழைப்பு!

ஒன்று

மாண்புமிகுக்களும் மரியாதைக்குரியவர்களும்

மக்களுக்கான ஜனநாயகக் கோட்டையில் சட்டமன்றக் கூட்டத்தொடர் தொடங்கியது. ஆளுங்கட்சியினரும், அமைச்சர்களும் பெருமிதத்தோடு வந்து அமர்ந்தனர். மறுபுறம் எதிர்க்கட்சித் தலைவரும் அவரது உறுப்பினர்களும் அதே மிடுக்கோடு வந்து அமர்ந்தனர். கூட்டம் தொடங்கியது.

இரு தரப்பிலும் மாறி மாறிச் சாதனைகளும் பெருமைகளும் பகிரப்பட்டன. மேசைகளைத் தட்டும் பலத்த ஆரவாரம்! அனல்பறக்கும் அடுக்குமொழிப் பேச்சுகள்! வானளாவிய

திட்டங்களின் அறிவிப்புகள்! ஆனால்... மக்களின் நிஜமான பிரச்சனைகள் அங்கே பேசப்பட்டதா? 'கேள்வி நேரம்' வந்தது. ஆனால், அதுவும் ஆட்சியாளர்களின் பெருமைகளைப் பாடும் நேரமாகவே மாறிப்போனது. எங்கு திரும்பினாலும் 'பெருமைகள்... பெருமைகள்... பெருமைகள்!' மக்களின் நிஜமான 'குறைகள்' பற்றிப் பேச அங்கு யாருக்கும் நேரமில்லை! இப்படியாக ஒரு நாளின் கூட்டம் முடிவடைந்ததும், இரு தரப்பினரும் ஒருவருக்கொருவர் சிரித்துக் கைகுலுக்கியபடி, பரஸ்பர மகிழ்ச்சியுடன் சட்டமன்றத்திலிருந்து புறப்பட்டனர். ஆனால் மக்களும், அவர்களின் தீர்க்கப்படாத பிரச்சனைகளும்? அவை மீண்டும் அடுத்த கூட்டத்தொடரிலும் 'பெருமையாகப்' பேசப்படுவதற்காகவே நாளையும் காத்திருக்கும்...!

சட்டமன்றங்கள் எதற்காக உருவாக்கப்பட்டன

நாட்டின் நிர்வாகத்தை நெறிப்படுத்தவும், மக்கள் நலனுக்கான திட்டங்களை வகுக்கவும், ஜனநாயகத்தின் ஆணிவேராகவே சட்டமன்றங்கள் அமைக்கப்பட்டன. அவற்றின் முதன்மையான நோக்கங்கள்.

சட்டங்கள் இயற்றுதல்: காலத்திற்கும் சமூகத்திற்கும் தேவையான புதிய சட்டங்களை உருவாக்கும் உச்சபட்ச அதிகாரம் சட்டமன்றத்திற்கே உண்டு.

நிர்வாகக் கண்காணிப்பு: அரசின் செயல்பாடுகளைக் கண்காணித்து, அரசு எந்திரம் மக்கள் நலனுக்காக மட்டுமே இயங்குவதை உறுதி செய்யும் பொறுப்பு சட்டமன்ற உறுப்பினர்களுக்கு (MLAs) உண்டு.

மக்களின் குரலாய் ஒலித்தல்: மக்களால் தேர்ந்தெடுக்கப்பட்ட பிரதிநிதிகள், தங்களை நம்பி வாக்களித்த மக்களின் அடித்தட்டுப் பிரச்சனைகளைச் சட்டமன்றத்தில் எதிரொலிக்க வேண்டும்.

நிதி மற்றும் திட்ட ஒதுக்கீடு: மக்களின் வரிப்பணம் எவ்வாறு செலவிடப்பட வேண்டும், எந்தெந்தத் திட்டங்களுக்கு எவ்வளவு நிதி ஒதுக்கப்பட வேண்டும் என்பதை விவாதித்து அனுமதி அளிக்கும் இடம் இதுவே.

கொள்கை மற்றும் திருத்தங்கள்: நடைமுறையில் உள்ள சட்டங்களில் காலத்திற்கேற்பத் திருத்தங்களைக் கொண்டுவருவதும், முக்கிய ஒப்பந்தங்களைப் பரிசீலிப்பதும் இதன் பணியாகும்.

ஆரோக்கியமான விவாதம்: சட்டமன்றம் என்பது வெறும் அரசியல் முழக்கங்களுக்கான போராட்ட மேடை அல்ல; அது மக்களின் நலனுக்காகச் சிறந்த தீர்வுகளைக் கண்டறியும் அறிவார்ந்த விவாதக் களம்.

ஆட்சியாளர்களின் "பெரு-குறை-மை"

பெரு-மை: ஆட்சியாளர்களும், அதிகார வர்க்கத்தினரும் மேடைகளில் முழங்கும் சாதனைகள், திட்டங்கள் மற்றும் அவர்கள் தாங்களாகவே எடுத்துக்கொள்ளும் முடிவுகள். இவை அனைத்தும் அவர்களுக்கு பெரு-மைகள் ஆனால், இவையெல்லாம் உண்மையில் அடித்தட்டு மக்களுக்குப் பயனளிக்கிறதா என்றால், இல்லையென்று தான் மக்களே கூறுவார்கள்.

குறை-மை: மக்களுக்கான உண்மையான களப்பணி; அவர்களின் அன்றாடப் பிரச்சனைகளை நிரந்தரமாகத் தீர்க்கும் நேர்மையான நடவடிக்கைகள். அனைத்தும் ஆட்சியாளர்களும், அதிகார வர்க்கத்தினரும் குறை-மையாக தெரிகிறது.

சுதந்திரம் பெற்ற காலந்தொட்டு இன்றுவரை, சட்டமன்றங்களில் மக்களின் பிரச்சனைகள் ஏதோ ஒரு வகையில் விவாதிக்கப்பட்டுக் கொண்டேதான் இருக்கின்றன. ஆனால், அவை முழுமையாகத் தீர்க்கப்பட்டுவிட்டனவா? இன்று ஒரு பிரச்சனை தீர்க்கப்பட்டுவிட்டது என்று பெருமையோடு அறிவிக்கப்படும்; ஆனால் மறுநாளே அதே பிரச்சனை வேறொரு வடிவத்தில் மீண்டும் முளைக்கும்! ஏன் இப்படி நடக்கிறது? ஏனென்றால், மக்களின் பிரச்சனைகளை நிரந்தரமாகத் தீர்த்துவிட்டால்,

பிறகு மேடையில் பேசுவதற்கும், வாக்குக் கேட்பதற்கும் இவர்களுக்கு வேறென்ன வேலை இருக்கிறது? பிரச்சனை உயிர்ப்போடு இருந்தால்தானே இவர்களின் அரசியலும் உயிர்ப்போடு இருக்கும்!

நமக்குத் தேவையான அரசியல் எப்படி இருக்க வேண்டும்

ஜனநாயகம் என்பது விழிப்புணர்வுள்ள மக்களிடம் மட்டுமே பாதுகாப்பாக இருக்கும். வெற்று வாக்குறுதிகளைத் தாண்டி, நமது பிரச்சனைகளுக்கு நிரந்தரத் தீர்வு காணும் உண்மையான தலைவர்களை நாம் அடையாளம் காண வேண்டும். மக்கள் அதிகாரம் மக்களிடமே இருக்க வேண்டும்; அது மக்களின் மேம்பாட்டிற்காக மட்டுமே

பயன்படுத்தப்பட வேண்டும். அதுவே உண்மையான ஜனநாயகம்.

இந்தச் சட்டமன்றங்கள் மக்களுக்காக இயங்குகின்றனவா? அல்லது ஆட்சியாளர்களின் தற்பெருமைக்காக இயங்குகின்றனவா? என்பதைப் பகுத்தாராய்ந்து பார்க்கும் ஒரு திறவுகோலாகவே இந்தப் புத்தகத்தை நான் முன்வைக்கிறேன். ஆம், நமது அரசியலை நாமே மறு ஆய்வு செய்யும் மிக முக்கியமான தருணம் இது!

இரண்டு

ஆட்சி, அதிகாரம் மற்றும் திரைக்குப் பின்னான அமைப்புகள்

ஒரு மாநிலத்தை ஆட்சி செய்த தலைவர்களின் வீழ்ச்சிக்குச் சாதாரணப் பிரச்சனைகள் மட்டுமே காரணம் என்று சுருக்கிவிட முடியாது. பல அடுக்குகள் கொண்ட பல்வேறு காரணிகள் ஒன்றிணைந்தே அத்தகைய நிலையை உருவாக்குகின்றன. இருப்பினும், நான் இதுவரை முன்வைத்துள்ள

காரணிகளை நிர்வாகத்தின் மிக முக்கியமான அடிப்படைச் சிக்கல்களாக நாம் கருத்தில் கொள்ளலாம்.

இங்கு நாம் மிக விழிப்புணர்வுடன் அணுக வேண்டிய ஒரு முக்கிய அம்சம் உள்ளது. நான் "முக்கியமான பிரச்சனைகள்" என்று கூறுபவை, தன்னிச்சையாகவோ அல்லது இயற்கையாகவோ உருவானவை அல்ல; மாறாக, அவை பல நேரங்களில் அரசியல் அமைப்புகளால் திட்டமிட்டு உருவாக்கப்பட்டு, மிகக் கவனமாகக் கட்டுப்படுத்தப்படும் பிரச்சனைகளாகவே இருக்கின்றன.

ஆளுங்கட்சியும் எதிர்க்கட்சியும்: நாணயத்தின் இரு பக்கங்கள்

ஆளுங்கட்சி, எதிர்க்கட்சி என்ற பிரிவுகள் எல்லாம் மேடைக்கும் வெளிச்சத்திற்கும் மட்டுமே! நிஜத்தில், அரசியல்வாதிகள்

ஒருவருக்கொருவர் நிரந்தரப் பகைவர்கள் அல்லர்; பல சமயங்களில் அவர்கள் ஒரே அமைப்பின் வேறுபட்ட முகங்களாகவே செயல்படுகிறார்கள். வெளியில் அவர்கள் எதிரிகளாகக் காட்சியளித்தாலும், திரைக்குப் பின்னால் அவர்களின் உள்ளார்ந்த உறவுகள் பல தளங்களில் தொடரவே செய்கின்றன.

"அரசியல்" என்ற சொல்லின் ஆணிவேரே ஆட்சியையும் அதிகாரத்தையும் மையப்படுத்தியதுதான். 'மக்களாட்சி', 'மக்களுக்கான ஆட்சி', 'மக்களால் உருவாக்கப்பட்ட ஆட்சி' என்று நாம் எவ்வளவுதான் பெருமை பேசினாலும், அதன் மையப்புள்ளியில் உறைந்திருப்பது 'அதிகாரம்' என்ற ஒற்றை உண்மைதான்.

இதனால், இன்றைய அரசியல் அமைப்பு மறைமுகமாக ஒரு மன்னராட்சியின்

தன்மையையே தக்கவைத்துள்ளது. அதன் வெளிப்படையான தோற்றம் வேண்டுமானால் சற்று மென்மையாக்கப்பட்டிருக்கலாம்; அது விஷப்பல் பிடுங்கப்பட்ட பாம்பைப் போலத் தோன்றலாம்; ஆனால், தங்களுக்குத் தேவையான தருணங்களில் தாக்கத்தை ஏற்படுத்தும் அபாரமான திறன் அந்த அதிகார மையத்திற்குள் இன்னும் முழுமையாகவே உயிர்ப்போடு உள்ளது.

நிர்வாகத்தின் சாவியும், தீர்க்கப்படாத குறைகளும்

இன்றைய அரசியலில் நாம் காண்பது வெறும் விவாதங்களும், மேடைக் குற்றச்சாட்டுகளும் மட்டுமே அல்ல. உண்மையான நிர்வாக நடவடிக்கைகள் என்பது அரசு அதிகாரிகளின் கைகளில்தான் இருக்கின்றன. ஆனால், அந்த அதிகாரிகளுக்கு உத்தரவுகளை வழங்கி

இயக்கும் சாவி அரசியல் தலைமைகளிடமே உள்ளது. ஒரு மாவட்டத்தில் மக்களின் பிரதிநிதிகளாகவும், முதலமைச்சரின் பிரதிநிதிகளாகவும் செயல்படுபவர்கள் சட்டமன்ற உறுப்பினர்களே.

மக்களின் குறைகளைத் தீர்த்து, அதன்மூலம் தங்களது கட்சிக்கும் ஆட்சிக்கும் நன்மதிப்பை உருவாக்க வேண்டிய கடமை அவர்களுக்கு உள்ளது.

ஆனால், இங்குதான் ஒரு மாபெரும் அடிப்படைக் கேள்வி எழுகிறது: பல துறைகளில் இன்னும் ஏன் சரியான செயல் திட்டங்கள் நடைமுறைப்படுத்தப்படவில்லை? சாலை வசதி முதல் மருத்துவக் கட்டமைப்பு வரை எதிலுமே ஒரு நிரந்தரமான, தரமான முன்னேற்றம் ஏன் தொடர்ந்து ஏற்படாமல் போகிறது.

மங்கும் திட்டங்களும், பார்வையாளர்களாக மாறும் நாமும்

ஒரு புதிய திட்டம் அறிவிக்கப்படும்போது, அது முரசு கொட்டி முழு உற்சாகத்துடன் தொடங்கப்படுகிறது. ஆனால், காலப்போக்கில் அதன் தரம் குறைகிறது; தொடக்ககால நோக்கம் மங்குகிறது; இறுதியில் அது எதற்கும் பயன்படாத மதிப்பிழந்த ஒன்றாக மாறிப் போகிறது. இதற்குக் காரணம்–மக்களின் தொடர்ச்சியான கண்காணிப்பு இல்லாததுதான்!

அரசாங்கத்தில் உள்ள பல துறைகளில் ஊழல், நிர்வாகக் குறைபாடுகள், சட்டச் சிக்கல்கள், பொருளாதாரச் சீர்கேடுகள் ஆகியவை தொடர்கதையாகி வருகின்றன. இதைப் பற்றி நாம் பேசுகிறோம், விமர்சிக்கிறோம்; ஆனால் அதைக் களையத் தேவையான செயல்பாடுகளை முன்னெடுக்காமல் அடுத்த

வேலையைப் பார்க்கச் சென்றுவிடுகிறோம். இதனால், நாமும்கூட ஒரு வகையில் 'பார்வையாளர்களக' மாறிவிடுகிறோம்.

டெண்டர் ஊழலும், திசைதிருப்பப்படும் விழிப்புணர்வும்

இந்த நிலையை மாற்ற, நாம் அதிக விழிப்புணர்வுடன் செயல்பட வேண்டிய கட்டாயம் உள்ளது. அரசு அறிவிக்கும் எந்தத் திட்டமாக இருந்தாலும், நாம் கேட்க வேண்டிய அடிப்படை கேள்விகள் இவைதான்:

- **இத்திட்டம் எவ்வளவு காலம் நீடிக்கும்?**
- **இதன் தரம் என்ன?**
- **இது உண்மையிலேயே அடித்தட்டு மக்களுக்குப் பயனளிக்கிறதா?**

இந்தக் கேள்விகள் மக்களால் எழுப்பப்படாவிட்டால், அதே பிரச்சனைகள்

வேறு வேறு பெயர்களில் மீண்டும் மீண்டும் தொடரும். ஒரு கசப்பான உண்மை என்னவென்றால், மக்களின் பிரச்சனைகள் முழுமையாகத் தீர்க்கப்பட்டுவிட்டால், அரசியல் செயல்பாடுகளுக்கான தேவையே இல்லாமல் போய்விடும்! அதனாலேயே பிரச்சனைகள் உயிர்ப்போடு வைக்கப்படுகின்றன. டெண்டர் (ஒப்பந்த) முறைமைகள் மூலம் பல துறைகளில் பெருமளவில் ஊழல் நடைபெறுகிறது என்பது அனைவரும் அறிந்த பொதுவான உண்மை. மருத்துவம், சாலை, போக்குவரத்து உள்ளிட்ட பல துறைகளின் தரத்தை இது நேரடியாகச் சீரழிக்கிறது. இந்த ஒப்பந்த முறைமையை முழுமையாக வெளிப்படையாகவும் நேர்மையாகவும் மாற்ற முடியாதது ஏன்? என்று யாராவது குரல் எழுப்பினால், மக்களின் கவனத்தைத் திசைதிருப்புவதற்காகவே

திட்டமிட்டு சில சமூகப் பிரச்சனைகள், கலவரங்கள், வன்முறைகள் உருவாக்கப்படுகின்றன.

அடிமட்டக் கண்காணிப்பும் மக்கள் அதிகாரமும்

இந்தச் சூழ்நிலையில், நமக்கு முற்றிலும் மாறுபட்ட ஒரு புதிய அணுகுமுறை தேவைப்படுகிறது. ஒவ்வொரு ஊராட்சியிலும், அரசுத் திட்டங்களின் தரத்தைக் கண்காணிக்கும் பொறுப்பான அமைப்பு அல்லது தனி அதிகாரி நியமிக்கப்பட வேண்டும். 'மக்கள் கேள்வி கேட்கும் உரிமை' என்பது வெறும் சட்டப்புத்தகத்தில் உறங்காமல், நடைமுறையில் செயல்பட வேண்டும். மக்களின் கேள்விகள் முதலில் மாவட்ட நிர்வாகத்திற்குச் செல்ல வேண்டும்; அதன் பிறகு சட்டமன்ற உறுப்பினர்கள்,

அமைச்சர்கள், இறுதியாக மாநிலத் தலைமை என ஒவ்வொரு படிநிலையாகச் சென்றடைய வேண்டும். நிர்ணயிக்கப்பட்ட காலக்கெடுவுக்குள் அதற்கான பதிலும் தீர்வும் மக்களுக்கு வழங்கப்பட வேண்டும். இந்த அடித்தட்டு அமைப்பு உண்மையாகச் செயல்பட்டால் மட்டுமே, ஜனநாயகம் என்ற சொல்லுக்கு முழுமையான அர்த்தம் கிடைக்கும்.

எனவே, முதலில் நம்முடைய சிந்தனையை மாற்றுவோம்! நம்முடைய அணுகுமுறையை மாற்றுவோம்! நமக்கான அரசியலை நாமே பொறுப்புடன் வளப்படுத்துவோம்!

மூன்று

சுதந்திர அடிமை ராஜ்யம் - ஊழல் சுழற்சியின் மறைமுக வேர்கள்

ஊழல் என்னும் சுழற்சி அமைப்பு

இன்றைய தமிழக அரசியல் அமைப்பில், ஊராட்சி மன்றத் தலைவர் தொட்டு சட்டமன்ற உறுப்பினர் வரை, ஊழல் என்பது ஆழமாக வேரூன்றிய ஓர் எழுதப்படாத பொது விதியாகவே மாறிவிட்டது.

மக்களுக்காக அறிவிக்கப்படும் ஒவ்வொரு நலத்திட்டமும் அது புதிய சாலை

அமைப்பதாகட்டும், குடிநீர் திட்டமாகட்டும் அல்லது வேறெந்த அடிப்படைச் சேவையாகட்டும்–நேர்மையான முறையில் மக்களைச் சென்றடைவதற்குப் பதிலாக, அதிகார வர்க்கத்தின் கைகளில் மாறி மாறிப் பயணிக்கும் ஒரு 'ஊழல் சுழற்சி அமைப்பாகவே' (Cycle of Corruption) செயல்படுகிறது.

ஒரு திட்டம் தொடங்கும் தருணத்திலிருந்து, அதற்கான நிதி ஒதுக்கீடு செய்யப்பட்டு முடியும் வரை, அது பல கட்டங்களைத் தாண்ட வேண்டியிருக்கிறது. அந்த ஒவ்வொரு கட்டத்திலும், அதிகாரம் பெற்றவர்களுக்கு "பங்கு" வழங்க வேண்டிய அவல நிலை கட்டாயமாக்கப்பட்டுள்ளது.

இந்தச் சூழ்நிலையில், “டெண்டர் முறை” (ஒப்பந்த முறை) என்பது வெறுமனே ஒரு

நிர்வாகக் கருவி மட்டுமல்ல; பல சமயங்களில், அது ஊழலைச் சட்டப்பூர்வமாக மறைத்து நடத்தும் ஒரு கவசமாகவே மாறிப்போயுள்ளது. ஒரு திட்டம் ஒப்புதல் பெறுவதற்கே பல்வேறு மட்டங்களில் பலரின் அனுமதி தேவைப்படுகிறது. ஆனால், அந்தத் திட்டம் தரமாக அமையுமா? அது மக்களுக்கு நீண்டகாலப் பயன் அளிக்குமா? என்ற நோக்கத்திற்கான முக்கியத்துவம் அங்கே முற்றிலுமாகக் குறைந்து விடுகிறது.

சுதந்திர அடிமைகளும் சமூக அவலமும்

ஒரு அரசுப் பள்ளிக் கட்டிடம் இடிந்து விழும்போது, அது வெறுமனே ஒரு துயரச் "சம்பவமாகவோ" அல்லது விபத்தாகவோ கடந்து செல்லப்படுகிறது. ஆனால், அது தற்செயலான விபத்தல்ல; அது புரையோடிப் போன ஊழல் அமைப்பின் நேரடி வெளிப்பாடு!

மக்களின் வரிப்பணம் மக்களின் நலனுக்காக மட்டுமே பயன்படுத்தப்பட வேண்டிய உன்னதமான நிலையில், அது ஒரு சிலரின் தனிப்பட்ட அதிகாரப் பசிக்காகவும், பொருளாதார வளர்ச்சிக்காகவும் சூறையாடப்படுகிறது. இதன் விளைவு என்ன? நாம் சுதந்திரம் பெற்ற மக்கள்தான்; ஆனால், ஊழல் மலிந்த இந்த அமைப்பின் எழுதப்படாத கட்டுப்பாடுகளுக்குள் சிக்கி வாழும் **"சுதந்திர அடிமைகளாகவே"** இன்றும் தொடர்கிறோம்.

மாற்றம் எங்கே தொடங்க வேண்டும்

ஊழல் ஒன்றும் நேற்றோ இன்றோ முளைத்த புதிய பிரச்சனையல்ல; அது பல காலமாக நம்முடன் பயணிக்கும் ஒட்டுண்ணி.

ஒவ்வொரு தலைமுறையிலும் இதை மாற்ற வேண்டும் என்ற பெருவிருப்பம் எழத்தான் செய்கிறது. ஆனால், அந்த மாற்றம் எப்போது

நிஜமாகும்? மக்கள் முழுமையான அரசியல் விழிப்புணர்வுடன் செயல்படும்போது மட்டுமே அது சாத்தியமாகும்.

ஆளுங்கட்சி மாறலாம்; எதிர்க்கட்சியும் மாறலாம். ஆனால், மக்களின் கேள்விகேட்கும் அணுகுமுறை மாறாவிட்டால், இந்த நிலைமை ஒருபோதும் மாறாது.

கண்காணிப்பும் வெளிப்படைத்தன்மையும்

ஒரு குக்கிராமத்து ஊராட்சியிலிருந்து மாநிலத் தலைநகர் வரை, அரசு நிதி செலவிடப்படும் ஒவ்வொரு கட்டத்திலும் வெளிப்படைத்தன்மை இருக்க வேண்டும். ஒரு ரூபாயைக் கூடத் தவறாகப் பயன்படுத்த முடியாத வகையில், இரும்புக் கரம் கொண்ட வலுவான கண்காணிப்பு அமைப்பும், பாரபட்சமற்ற சட்டமும் நடைமுறைப்படுத்தப்பட வேண்டும்.

மாற்றத்தின் மையப்புள்ளி மக்களே

மக்கள் தங்கள் ஒற்றை வாக்கின் மகத்தான மதிப்பை உணர வேண்டும். அவர்கள் அதிகாரத்தை நோக்கிக் கேள்வி கேட்க வேண்டும்.

தங்களைச் சுற்றியுள்ள அரசியலை ஆழமாகப் புரிந்துகொள்ள வேண்டும். அவர்கள் ஏதோ இந்த அமைப்பிற்கு வெளியே நின்று வேடிக்கை பார்ப்பவர்கள் அல்லர்; அவர்கள்தான் இந்த ஜனநாயக அமைப்பின் மைய அச்சாக இருக்கிறார்கள்.

மக்கள் விழிப்புணர்வுடன் அரசியலைக் கையில் எடுக்கும்போதுதான், ஊழல் வேரறுக்கப்படும்; உண்மையான நல்லாட்சி மலரும்.

நான்கு

பணமும் அரசியலும் - ஒரு நிஜத்தின் எதிரொலி

பணநாயகமா? ஜனநாயகமா?

இன்றைய அரசியல் களம் பெரும்பாலும் பணத்தை மட்டுமே மையமாகக் கொண்டு சுழல்கிறது என்ற கருத்து சமூகத்தில் ஆழமாக வேரூன்றிவிட்டது. தேர்தல் நேரத்தில் பணம் பெறுவது மக்களின் உரிமை என்றோ, அதற்காகப் பிரதியுபகாரமாக வாக்கை அளிப்பது அவர்களின் கடமை என்றோ நான் இங்கு நியாயப்படுத்த வரவில்லை.

அதேபோல, ஒட்டுமொத்த மக்களும் பணம்

பெற்றுக்கொண்டுதான் வாக்களிக்கிறார்கள் என்ற கண்மூடித்தனமான பொதுமைப்படுத்தலையும் நான் முன்வைக்க விரும்பவில்லை. இருப்பினும், சாமானிய மக்களின் அடிமனதில் மிக வலுவாக உருவாகியிருக்கும் ஓர் எண்ணம் என்னவெனில் எந்தக் கட்சி அதிகமாகச் செலவழிக்கிறதோ, எந்தக் கட்சி தாராளமாகப் பணத்தை விநியோகிக்கிறதோ, அந்தக் கட்சிதான் தேர்தலில் வெற்றி வாகை சூடும் என்பதாகும். இது பொதுவெளியிலும் தொலைக்காட்சி விவாதங்களிலும் வெளிப்படையாகப் பேசப்படாத 'பரம ரகசியமாக' இருந்தாலும், தேர்தலுக்கு முந்தைய இரவில் நடைபெறும் பண விநியோகம் என்பது பலராலும் உணரப்படும் மறுக்க முடியாத நிஜமாகவே இருந்து வருகிறது.

இந்தப் புத்தகத்தை வாசிக்கும் வாசகர்களே, உங்கள் பகுதியில் இது நடந்ததா, இல்லையா என்பதை உங்களின் சொந்த அனுபவத்தின் அடிப்படையிலேயே நீங்கள் தீர்மானித்துக் கொள்ளலாம். அது உண்மையாகவே இருக்கட்டும், அல்லது பொய்யாகவே கடந்து போகட்டும்–அந்த இறுதி முடிவை உங்கள் மனசாட்சியிடமே நான் விட்டுவிடுகிறேன்.

சித்தாந்தங்களின் தோற்றமும், வாக்கு வங்கியின் எதார்த்தமும்

இப்போது, அரசியல்வாதிகள் மற்றும் அரசியல் கட்சிகள் இயங்கும் விதம் குறித்த மிக முக்கியமானதொரு உளவியல் அம்சத்தைப் பார்ப்போம். ஒவ்வொரு கட்சியும் ஆரம்பத்தில் ஒரு குறிப்பிட்ட சித்தாந்தம், கொள்கை மற்றும் அடிப்படை முற்போக்குக் கருத்தியல் ஆகியவற்றின் அடித்தளத்தில்தான்

உதயமாகிறது. பின்னர், மக்களின் ஆதரவைப் பெற்று மாபெரும் மாநிலக் கட்சிகளாக உருவெடுக்கின்றன; ஆட்சியைக் கைப்பற்றுகின்றன; அல்லது வலுவான எதிர்க்கட்சியாக நிலைகொள்கின்றன. ஒரு கட்சி எந்த உயர்நிலையை அடைந்தாலும், அதன் அஸ்திவாரம் என்பது அந்தக் கருத்தியலை உயிர்மூச்சாகப் பின்பற்றும் தொண்டர்களின் உழைப்பில்தான் அமைந்திருக்கிறது என்பது மாற்றுக்கருத்தில்லாத உண்மை.

அதேபோல, மக்களும் தாங்கள் நம்பும் சித்தாந்தங்களின் அடிப்படையிலேயே ஒரு குறிப்பிட்ட அரசியல் கட்சியைத் தேர்வு செய்கிறார்கள். தேர்தல் நேரத்தில் அவர்கள் சார்ந்த களத்தில் இறங்கி உழைக்கிறார்கள்; திட்டங்களை முன்னெடுக்கிறார்கள்.

சாதி, மதம் எனும் மாய வலை

ஆனால், ஒரு வாக்காளர் தனது வாக்கைச் செலுத்துவதற்குப் பணம் மட்டுமே பிரதான காரணமல்ல. சாதி, மதம், இனம், மொழி, பண்பாடு எனப் பல சமூகக் காரணிகளும் பின்னணியில் பெரும் ஆதிக்கம் செலுத்துகின்றன. கடந்த காலத் தேர்தல் களங்களைச் சற்று உற்று நோக்கினால், ஒவ்வொரு மாவட்டத்திலும் உள்ள சமூகக் கட்டமைப்பின் அடிப்படையில் அதாவது எந்தச் சாதியினர் பெரும்பான்மையாக இருக்கிறார்களோ. அதன் அடிப்படையிலேயே வேட்பாளர்கள் களமிறக்கப்படுவதும், வெற்றி பெறுவதும் ஊரறிந்த உண்மை. பொது மேடைகளில் "சாதி ஒழிக்கப்பட வேண்டும்" என்று முழங்கும் பல அரசியல்வாதிகள், தேர்தல் நெருங்கும் காலங்களில் அதே சாதி

அரசியலைத் தங்களின் வாக்கு வங்கிக்காக மறைமுகமாகப் பயன்படுத்துகிறார்கள். தேர்தல் முடிந்த பின், அது மீண்டும் அதிகாரமாக வெளிப்படுகிறது. இந்த இரட்டை வேடத்தை மக்கள் நன்கு உணர்ந்திருந்தாலும், அதைத் தட்டிக்கேட்க முடியாதவர்களாக, அல்லது உணராதவர்களைப் போலவே கடந்து சென்றுவிடுகிறார்கள்.

சுயநலச் சுருக்கமும் திசைதிருப்பப்படும் சமூகமும்

"அரசியல் என்றால் இப்படித்தான் இருக்கும்; தேர்தல் வந்தால் இவையெல்லாம் சகஜம்தானே!" என்ற சலிப்பான மனநிலையோடு, மக்கள் தங்கள் அன்றாட வாழ்க்கைப் போராட்டங்களுக்குத் திரும்பிச் செல்கிறார்கள். அவர்களின் ஒட்டுமொத்தக் கவனமும் தங்களின் குடும்ப வாழ்க்கைச்

சுமைகளைச் சுமப்பதிலேயே நிலைகொண்டு விடுகிறது. மக்களுக்கு மிக அவசரமான, தங்களின் அன்றாட வாழ்வைப் பாதிக்கும் ஒரு பிரச்சனை ஏற்படும்போது மட்டுமே அவர்கள் வீதிக்கு வந்து குரல் கொடுக்கிறார்கள். அந்தப் பிரச்சனைக்கு ஏதோ ஒரு தற்காலிகத் தீர்வு கிடைத்த மறுகணமே, அதைத் தங்களின் மாபெரும் வெற்றியாகக் கருதி, மீண்டும் தங்கள் இயல்பு வாழ்க்கைக்குத் திரும்பிவிடுகிறார்கள். அதன் பின்னர் ஆட்சி பீடத்தில் அரங்கேறும் தவறுகள், மெகா ஊழல்கள், ஜனநாயகத்திற்கு எதிரான அதிகார துஷ்பிரயோகங்கள் ஆகியவற்றை அவர்கள் பெரும்பாலும் கவனிப்பதே இல்லை.

இந்த மனநிலை இப்படியே தொடர்ந்தால், ஆளும் அரசியல் அமைப்புகள் மக்களை மிக எளிதாகத் திசைதிருப்பி, தங்களுக்குச்

சாதகமான சூழலுக்குள் அவர்களைக் கட்டுப்படுத்திக் கொண்டே செல்லும்.

ஒரு கட்டத்தில், எது உண்மை, எது பொய் என்பதைப் பிரித்தறிவதே சாமானியனுக்குச் சாத்தியமற்றதாக மாறிவிடும்.ஆனால், இது தீர்வு இல்லாத பிரச்சனை அல்ல!

இந்தச் சூழ்நிலையை நாம் எவ்வாறு மாற்றலாம்?அமைப்பு ரீதியான இந்த ஊழல் சங்கிலியை உடைக்க, தனிநபர்களாக நாம் என்ன செய்ய வேண்டும்?

இந்த மிக முக்கியமான கேள்விகளுக்கான செயல்வடிவத் தீர்வுகளை, அடுத்தடுத்த பகுதிகளில் ஆழமாக ஆராய்வோம்.

ஐந்து

தனிநபர் மாற்றம் - ஜாதியும், அரசியலும், நம்முடைய பங்கும்

உணர்ச்சி அரசியலின் முரண்பாடுகள்

கடந்த அத்தியாயத்தில் பார்த்த அரசியல் மாய வலையிலிருந்து விடுபட, "நாம் தனிநபர்களாக என்ன செய்ய முடியும்?" என்ற கேள்வி மிக மிக முக்கியமானது.

தேர்தலில் வாக்கு செலுத்துவதில் சாதி ஒரு பிரதான காரணியாகச் செயல்படுகிறது என்று நான் முன்பே குறிப்பிட்டிருந்தேன். அதை இன்னும் சற்று ஆழமாகக் கவனித்தால், அது

முழுவதுமாக உணர்ச்சிகளால் தூண்டப்படும் ஓர் அரசியல் விளையாட்டு என்பதை நாம் தெளிவாகப் புரிந்துகொள்ள முடியும்.

மேடைகளில் "சாதி ஒழிப்பு" என முழங்கும் அரசியல்வாதிகள், அதை நிஜத்தில் செயல்படுத்தாமல் இருப்பதற்குப் பல மறைமுக நடவடிக்கைகளில் ஈடுபடுவார்கள்.

ஏனென்றால், மக்கள் ஒருவேளை சாதியுணர்வைத் துறந்துவிட்டு வாக்களிக்கத் தொடங்கிவிட்டால்,

அதுவே அவர்களுக்கு மிகப்பெரிய அரசியல் சரிவாகவும், பேரதிர்ச்சியாகவும் அமைந்துவிடும்.

சாதி அரசியலைக் கட்டமைத்து வைத்திருப்பவர்களுக்கே, நிஜமான சாதி ஒழிப்பு மிகப்பெரிய ஏமாற்றமாகவே முடியும்.

எதிர்கொள்வதற்கான முதல் படி

இந்தச் சூழலில், "நான் சாதியின் அடிப்படையில் சிந்திக்கும் குறுகிய நபர் அல்ல; நான் இந்த நாட்டின் நலனைக் கருத்தில் கொள்ளும் ஒரு பொறுப்புள்ள குடிமகன்!" என்று ஒரு தனிநபர் என்று சிந்திக்கத் தொடங்குகிறாரோ, அந்தத் தருணமே இந்த ஊழல் அமைப்பின் வீழ்ச்சிக்கான தொடக்கப் புள்ளியாக அமையும்.

இது ஏதோ காற்றில் பறக்கும் ஒரு தத்துவக் கருத்தாகத் தோன்றலாம். ஆனால், இதைக் கள யதார்த்தத்தோடு பொருத்திப் பார்த்தால் இதன் ஆழம் புரியும்.

ஒரு ஜனநாயகத்தில், பொதுமக்களுக்கு நேரடியாக வழங்கப்பட்ட மிக உயர்ந்த அதிகாரம் என்பது 'வாக்கு செலுத்தும் உரிமை' மட்டுமே. ஆனால், அந்த அதிகாரம் தேர்தல்

நெருங்கும் அந்தச் சில நாட்களில் மட்டுமே மக்களிடம் இருக்கிறது. வாக்குப்பதிவு முடிந்த மறுகணமே, ஒட்டுமொத்த அதிகாரமும் அரசியல்வாதிகள் மற்றும் நிர்வாக அதிகாரிகளின் கைகளுக்குச் சென்றுவிடுகிறது. அடுத்த ஐந்து ஆண்டுகளுக்குப் பொதுமக்களால் கேள்வி கேட்பது மட்டுமே சாத்தியமே தவிர, நேரடியாக எந்த நிர்வாக முடிவையும் எடுத்துவிட முடியாது.

இரட்டை நிலைப்பாட்டின் நிஜ முகம்

இந்த ஜனநாயக அமைப்பில் மாபெரும் பிளவுகளை உருவாக்கும் முக்கியக் காரணிகளில் சாதியும் ஒன்று. ஆனால், அதை முதலில் வீதியிலோ சட்டத்திலோ ஒழிப்பதற்கு முன்பாக, அதைத் தனிநபரின் மனதில்தான் ஒழிக்க வேண்டும்.

ஆனாலும், இந்த நிலைமைக்குச் சாமானிய மக்களை மட்டுமே ஒட்டுமொத்தமாகக் குறை கூறிவிட முடியாது. பள்ளி முதல் கல்லூரி வரை, வேலை வாய்ப்புகள் முதல் சமூகத்தில் கிடைக்கும் உரிமைகள் வரை–சாதி அடிப்படையிலான இடஒதுக்கீடு என்பது நம் நாட்டில் ஒரு நிரந்தரமான சட்ட நடைமுறையாகவே உள்ளது. இது தவறானதல்ல; சமூக ரீதியாகப் பின்தங்கியவர்களை உயர்த்துவதற்காக, சமூக சமநிலையை ஏற்படுத்துவதற்காக உருவாக்கப்பட்ட ஒரு வரலாற்று அமைப்புதான் இது. இதனால், ஒருபுறம் சமூக நீதிக்காக "சாதி ஏன் தேவை?" என்ற நியாயமான வாதமும், மறுபுறம் சமூக ஒற்றுமைக்காக "சாதி ஏன் ஒழிய வேண்டும்?" என்ற கேள்வியும் ஒரே நேரத்தில் முரண்பாடாக எழுகின்றன.

நாம் நிஜத்தை நேருக்கு நேர் எதிர்கொள்ளப் பழக வேண்டும். ஒரு குழந்தையைப் பள்ளியில் சேர்க்கச் செல்லும்போது, சாதிச் சான்றிதழ் கேட்கப்படாத இடம் உள்ளதா? அதை அரசாங்கம் கேட்காமல் இருக்கிறதா? அல்லது நாம் அதை வழங்காமல் இருக்கிறோமா?

சமூக விழாக்கள், உறவினர் நிகழ்வுகள், ஏன்... விளம்பரப் பதாகைகளில் கூட நாம் நம்முடைய சாதி அடையாளத்தைத் பெருமையோடு வெளிப்படுத்திக் கொண்டேதான் இருக்கிறோம். சுதந்திரத்திற்காகத் தம் இன்னுயிரை நீத்த மாபெரும் தலைவர்களையே இன்று நாம் சாதி அடிப்படையில் பிரித்துப் பார்க்கும் மோசமான நிலைமைக்கு ஆளாகியுள்ளோம்.

எதார்த்தத்தை ஏற்றலும், தீர்வு காணுதலும்

சாதி என்பது மொழி, பண்பாடு, சமூக வரலாறு போன்ற பல அடுக்குகளுடன் நெருக்கமாகப் பிணைக்கப்பட்ட ஓர் அமைப்பு. அதனால்தான் அரசு கூட அதை அதிகாரப்பூர்வமாக அங்கீகரித்து, சான்றிதழ் முறையிலே பயன்படுத்துகிறது. அதே நேரத்தில், பின்தங்கிய சமூகங்களின் பொருளாதார மற்றும் கல்வி முன்னேற்றத்திற்காக இடஒதுக்கீடுகள் அவசியமாகின்றன என்பதும் மறுக்க முடியாத நிஜம்.

ஆனால், அதே சாதியை அரசியல் லாபத்திற்காக வாக்கு வங்கியாகப் பயன்படுத்தும்போது மட்டும் நாம் ஏன் மௌனம் காக்கிறோம்? சமூக வலைதளங்களில் நாமே மாபெரும் சமூக நீதியாளர்களாக முழங்கினாலும், நிஜ

வாழ்க்கையில் தேர்தல் என்று வரும்போது நமது சாதியைச் சேர்ந்தவருக்கே வாக்களிக்கிறோம். இது ஓர் அப்பட்டமான இரட்டை நிலைப்பாடு. எனவே, நாம் ஒவ்வொருவரும் நம்மை நாமே சுயபரிசோதனை செய்து கொள்ள வேண்டிய நேரம் இது.

தீர்வு உங்கள் விரல் நுனியில்

இந்தக் கசப்பான யதார்த்தத்திற்கு நான் முன்வைக்கும் நடைமுறைத் தீர்வு இதுதான்:

உங்கள் பகுதியைச் சேர்ந்த, உங்களின் சமூகத்தைச் சார்ந்த ஒருவரையே நீங்கள் தேர்ந்தெடுத்து வாக்களிக்கலாம்–அதில்கூடத் தவறு இல்லை. அரசியல் கட்சிகளும், அந்தந்த பகுதிகளில் உள்ள சமூகக் கட்டமைப்பின் அடிப்படையில்தானே வேட்பாளர்களைத்

தேர்வு செய்கின்றன என்பதை நாம் பார்த்தோம்.

ஆனால், சாதியைப் பார்த்து வாக்களிக்கும் நீங்கள், மிக முக்கியமாகக் கேட்க வேண்டிய கேள்விகள் இவைதான்:

- **அவர் எந்தச் சாதியாயினும், அவர் நேர்மையானவரா?**
- **அவர் ஊழல் அற்றவரா?**
- **அவர் உண்மையில் உங்களின் அடிப்படைப் பிரச்சினைகளைத் தீர்த்து, உங்கள் பகுதியை முன்னேற்றுவாரா?**
- **அடுத்த ஐந்து ஆண்டுகள் முழுவதும், நீங்கள் கேட்கும் நியாயமான தேவைகளைத் தடையின்றி நிறைவேற்றுவாரா?**

இந்த அடிப்படையில்தான் உங்களின் ஒவ்வொரு வாக்கும் செலுத்தப்பட வேண்டும். நீங்கள் உங்கள் சாதி அல்லது இனம் அடிப்படையில் ஒருவரைத் தேர்வு செய்தாலும், அந்த நபர் அந்தப் பதவிக்கு முழுமையான தகுதி வாய்ந்தவராக இருக்க வேண்டும். இல்லையெனில், உங்களின் அந்தத் தேர்வு உங்களின் சமூகத்திற்கோ அல்லது இந்த நாட்டிற்கோ எவ்விதப் பயனும் அளிக்காது. இதுதான் ஒரு சாமானியத் தனிநபர் அளவில் செய்யக்கூடிய உண்மையான, நடைமுறைச் சாத்தியமுள்ள அரசியல் மாற்றம்!

வேரூன்றிப்போன இந்த ஊழல் அமைப்பு உடனடியாக ஓரிரவில் மாறிவிடாது; அதை மாற்றுவதும் எளிதல்ல. நான் இங்கு முன்வைத்திருக்கும் இந்தக் கருத்துகள்

சிலருக்குக் கசப்பாகவோ அல்லது முரண்பாடாகவோ கூடத் தோன்றலாம். ஆனால், இதுதான் இந்தச் சமூகத்தின் ஆழமான நிஜத்தைப் பிரதிபலிக்கிறது.

வெளியில் ஒரு முகம், உள்ளே ஒரு முகம் என நாம் வாழும் இந்த இரட்டை நிலைமையை உடனடியாக மாற்றியாக வேண்டும்.

ஒரு தனிநபராகிய உங்களால், இந்தச் சமூகத்திற்கு மாபெரும் நன்மை செய்யும் ஒரு நல்ல தலைவனை உருவாக்கவும் முடியும்;

அதே சமயம், பொறுப்பற்ற வாக்களிப்பின் மூலம் உங்கள் ஊருக்கும், தேசத்திற்கும் தீங்கை விளைவிக்கக்கூடிய ஒரு ஊழல்வாதியையும் உருவாக்க முடியும்.

அந்த மாபெரும் தீர்மானம் உங்கள் கையில், உங்கள் வாக்குச் சீட்டில் மட்டுமே உள்ளது!

ஆறு

அரசியல், பொருளாதாரம் மற்றும் மனித வாழ்வு பிரிக்க முடியாத முக்கோணக் கட்டமைப்பு

அரசியல் என்னும் மாறும் நதி

இன்றைய சூழலில், "அரசியல்" என்றால் என்ன என்பது குறித்து மக்களின் மனதில் நிலையான, ஒற்றைக் கண்ணோட்டம் இருக்கிறதா என்று கேட்டால், நிச்சயமாக இல்லை என்றுதான் சொல்ல வேண்டும். ஏனெனில், அரசியல் என்பது ஒருபோதும் செதுக்கி வைக்கப்பட்ட சிலை போல நிரந்தர

வடிவில் நிலைத்து நிற்கும் ஒன்றல்ல; அது ஓடும் நதியைப் போலத் தொடர்ந்து மாறிக் கொண்டே இருப்பது.

நேரம், காலம், சமூகச் சூழ்நிலை, மக்களின் தேவை, சந்தர்ப்பம், இடம், பொருள், ஏவல் ஆகிய இந்த அனைத்துக் காரணிகளின் கலவையில்தான் அரசியல் களமும், அதை முன்னெடுக்கும் தலைவர்களும் உருவாகிறார்கள். மக்களின் அன்றாட மனநிலையும், அந்தந்த காலகட்டத்தில் நிலவும் சமூக மற்றும் பொருளாதாரச் சூழல்களுமே அரசியலின் போக்கை வடிவமைக்கின்றன. இது ஒரு மாநிலத்திற்கோ அல்லது ஒரு நாட்டிற்கோ மட்டுமல்ல; உலகளாவிய அரசியலுக்கும் இதுவே எழுதப்படாத விதி.

பொருளாதாரச் சக்கரமும் அரசியல் அச்சும்

உலக அளவில் சற்றே விரிந்து நோக்கினால், மாபெரும் பொருளாதாரச் சக்கரத்தைச் சுழற்றும் மிக முக்கியமான அச்சாக அரசியல் திகழ்வதைக் காண முடியும்.

அரசியல் என்ற கட்டமைப்பு இல்லாமல் எந்தவொரு நாட்டின் பொருளாதாரமும் சீராக இயங்காது; அதேசமயம், பொருளாதாரம் இல்லாமல் மக்களால் ஒருநாள் கூட உயிர்வாழ முடியாது.

அதனால்தான், அரசியல் என்பது உலகம் முழுவதும் ஒழிக்க முடியாத, தவிர்க்க முடியாத ஒரு நிரந்தர அமைப்பாகச் செயல்பட்டு வருகிறது.

இன்று உலக நாடுகள் அனைத்தும் பொருளாதார ரீதியாகச் சிலந்தி வலையைப்

போல ஒன்றுடன் ஒன்று பின்னிப் பிணைந்துள்ளன. பண்டைய காலத்துப் பண்டமாற்று முறை, இன்று நவீன வடிவங்களில் உலகளாவிய வர்த்தகமாகத் தொடர்கிறது.

ஒரு வல்லரசு நாடோ அல்லது எண்ணெய் வளம் கொழிக்கும் ஒரு நாடோ ஏதேனும் ஒரு சிறிய சிக்கலைச் சந்தித்தால்கூட, அது உலகின் கடைக்கோடியில் உள்ள ஏதோ ஒரு கிராமத்தின் தேநீர் கடையிலும் பொருளாதாரத் தாக்கத்தை ஏற்படுத்துகிறது.

இதிலிருந்து, அரசியல் என்பது வெறும் உள்ளூர் விவகாரம் அல்ல; அது உலகப் பொருளாதாரத்தை இயக்கும் மாபெரும் சக்தி என்பதை நாம் ஆழமாகப் புரிந்துகொள்ள வேண்டும்.

வியாபாரமும் அரசியலும்: கண்ணுக்குத் தெரியாத கைகள்

இன்றைய அரசியலில், “தொழில்” மற்றும் “வணிகம்” ஆகியவை பிரிக்க முடியாத அளவுக்குப் பெரும் பங்கு வகிக்கின்றன. தொழில் துறையில் யார் உச்சத்தைத் தொட வேண்டும்? யார் வீழ்ச்சியடைய வேண்டும்? என்ற முடிவுகளில், பொருளாதார சக்திகளின் அரசியல் தாக்கம் மறுக்க முடியாத அளவுக்கு நீக்கமற நிறைந்துள்ளது.

அரசியல் சித்தாந்தங்கள் மக்களின் அன்றாட வாழ்க்கையில் நேரடியாகத் தாக்கம் ஏற்படுத்தாதது போலத் தோன்றினாலும், ஒவ்வொரு நாளும் நாம் செய்யும் வேலை, ஈட்டும் வருமானம், வாழும் வாழ்க்கைத்தரம் என அனைத்தும் ஏதோ ஒரு மூலையில்

எடுக்கப்படும் அரசியல் முடிவுகளால் நேரடியாகவே பாதிக்கப்படுகின்றன.

அரசியல் என்ன வெறும் 'சீசன்' வியாபாரமா

இன்றைய சூழலில், அரசியல் என்பது மக்கள் மத்தியில் ஒரு தொடர்ச்சியான பொது விவாதமாக இல்லாமல், ஏதோ ஒரு "சீசன்" (பருவகாலம்) போல மாறிவிட்டதோ என்ற அச்சம் எழுகிறது.

தேர்தல் காலங்களில் ஊரெங்கும் அரசியல் திருவிழா போலக் கொண்டாடப்படுகிறது; அதிகம் பேசப்படுகிறது.

தேர்தல் முடிந்த மறுகணமே மக்கள் அதை மறந்துவிட்டுத் தங்களின் அன்றாட வாழ்க்கை பணிகளை பார்க்க திரும்பி விடுகிறார்கள்.

ஆனால், அரசியல் எப்போதும் ஓய்வெடுப்பதில்லை; அது இயங்கிக்

கொண்டேதான் இருக்கிறது. மக்கள் அதை மறந்தாலும், அரசியல்வாதிகள் தங்களது திரைமறைவுப் பணிகளைத் தொய்வின்றித் தொடர்கிறார்கள்–ஏனெனில், அவர்களைப் பொறுத்தவரை அதுவொரு முழுநேரத் தொழில்!

வாக்குறுதிகளின் மாயையும், நிதியின் நிஜமும்

தேர்தல் நேரங்களில் மேடைக்கு மேடை வாக்குறுதிகள் வாரி இறைக்கப்படுகின்றன: “இதை இலவசமாகச் செய்வோம்...”, “அதை மானியமாக வழங்குவோம்...” என்றெல்லாம் முழக்கங்கள் ஒலிக்கின்றன. ஆனால் நிஜம் என்ன? ஒரு அரசாங்கம் எதைச் செய்ய முடியும், எதைச் செய்ய முடியாது என்பது அந்த ஆட்சியாளர்களின் மனதிலில்லை; அது அரசின் கஜானாவில் உள்ள நிதி நிலை,

பட்ஜெட் ஒதுக்கீடு மற்றும் மாநிலத்தின் பொருளாதாரச் சூழ்நிலை ஆகியவற்றின் அடிப்படையில் மட்டுமே தீர்மானிக்கப்படுகிறது. அந்த நிதி வானத்திலிருந்து குதிப்பதில்லை; அது சாமானிய மக்களாகிய நாம் ஒவ்வொரு பொருளுக்கும் செலுத்தும் வரிப்பணம்! இதுவே சுட்டெரிக்கும் உண்மை.

அரசியல்வாதிகள் vs அரசு அதிகாரிகள்: உண்மையான ஆட்சியாளர் யார்

இங்கே நாம் புரிந்துகொள்ள வேண்டிய மிக முக்கியமான நிர்வாக ரகசியம் ஒன்று உள்ளது. எந்தவொரு அரசியல்வாதியும் தன்னிச்சையாக அனைத்து முடிவுகளையும் எடுத்துவிடுவதில்லை.

கடுமையான தேர்வுகளை எதிர்கொண்டு, தங்களின் கல்வி மற்றும் அறிவாற்றலின்

அடிப்படையில் பதவிகளை அடைந்த ஐ.ஏ.எஸ் (IAS) உள்ளிட்ட 'அரசு அதிகாரிகள்' (Bureaucrats) தான் இந்த நிர்வாக இயந்திரத்தின் உண்மையான ஓட்டுநர்கள்.

* **எந்தத் திட்டம் நடைமுறையில் சாத்தியம்?**
* **அதற்கான நிதி எங்குள்ளது?**
* **எதைச் செய்ய வேண்டும்? எதைத் தவிர்க்க வேண்டும்?**

என்பதைத் துல்லியமாகத் தீர்மானிப்பவர்கள் இந்த அதிகாரிகளே.

அதனால், நாம் தேர்ந்தெடுக்கும் ஒரு அரசியல்வாதி தனக்கு எல்லாம் தெரிந்தவராக இருக்க வேண்டியதில்லை.

ஆனால், அவர் இந்த அதிகாரிகளைச் சரியாக வழிநடத்தும் திறன் பெற்றவராக,

மக்களுக்கான நேர்மையான முடிவுகளை எடுக்கக்கூடியவராக இருக்க வேண்டும்.

அடிப்படை மாற்றமே உண்மையான வளர்ச்சி

ஒவ்வொரு தனிநபரின் வாழ்க்கையிலும், ஒரு நிரந்தரமான வேலை, நியாயமான வருமானம், சமூக முன்னேற்றம் ஆகியவையே முதன்மையானவை.

ஒருவர் ஏழையாக இருக்கிறாரா, நடுத்தர வர்க்கமா அல்லது பணக்காரரா என்பது, பெருமளவில் அவருடைய தனிப்பட்ட உழைப்பு மற்றும் வளர்ச்சியின் அடிப்படையில் மட்டுமே தீர்மானிக்கப்படுகிறது.

அதனால், "அரசியல்வாதிகள் வந்து நமக்கு எல்லாவற்றையும் மாயாஜாலம் போலச் செய்து தந்துவிடுவார்கள்" என்று எதிர்பார்ப்பது, நம்மை நாமே ஏமாற்றிக் கொள்வதற்குச் சமம்.

நாம் எங்கே கவனம் செலுத்த வேண்டும்

அரசாங்கம் நம்மைப் பணக்காரர்களாக மாற்றத் தேவையில்லை; ஆனால் அதற்கான அடிப்படைத் தளத்தை அமைத்துக் கொடுக்க வேண்டும். நாம் அரசியல்வாதிகளை நோக்கிக் கேட்க வேண்டிய மிக முக்கியமான கேள்விகள் இவைதான்:

- **அரசு மருத்துவமனைகள் உயிர் காக்கும் தரத்தில் உள்ளனவா?**
- **அரசுப் பள்ளிகள் எதிர்காலத்தை உருவாக்கும் வகையில் தரமாகச் செயல்படுகின்றனவா?**
- **தரமான சாலை, தடையற்ற குடிநீர் போன்ற அடிப்படை வசதிகள் முழுமையாக உள்ளனவா?**

இந்த அடிப்படை உட்கட்டமைப்பு அமைப்புகள் (Civic Systems) சரியாகச் செயல்பட்டாலே, மக்களின் வாழ்க்கை தானாகவே முன்னேற்றப் பாதையில் பாய்ந்து செல்லும்.

எந்தக் கட்சி ஆட்சிக்கு வந்தாலும் சரி, எத்தனை வண்ணங்களில் தேர்தல் அறிக்கைகள் வெளியிடப்பட்டாலும் சரி

அடிப்படை அமைப்புகள் வலுவாக இருக்க வேண்டும்.

இதைத்தான் நாம் ஒட்டுமொத்தக் குரலில் கேட்க வேண்டும்; எந்த சமரசமுமின்றி இதை நாம் கண்காணிக்க வேண்டும்.

இதுவே நாம் விரும்பும் நம் அரசியல்.

ஏழு

அரசியல் அதிகாரமும் சமுதாயக் கட்டமைப்பும்: அடிமட்டத்திலிருந்து தொடங்கும் மாற்றம்

அரசியலும் ஜனநாயகத்தின் நிதர்சனமும்

இன்றைக்கு அரசியல் என்பது வெறுமனே அரசியல்வாதிகளின் கைகளில் மட்டுமே இருந்து, அவர்களை மையப்படுத்தியே சுழன்று கொண்டிருக்கிறது என்பது நிதர்சனமான உண்மை. இந்த உண்மை நிலையை அவர்களும் வெளிப்படையாக ஏற்றுக் கொள்ள மாட்டார்கள்; நம்முடைய ஜனநாயகக்

கட்டமைப்பு முறையும் அதற்கு இடம் தராது. இதை மக்களும் கூட எளிதில் ஏற்றுக் கொள்ளத் தயங்குவார்கள். ஆனால், அரசியல்வாதிகள் நன்கு அறிந்த ரகசியம் இதுதான். அரசியலைப் பொறுத்தவரையில், அடிமட்டத்தில் உள்ள ஊராட்சி மன்றத் தலைவர், வார்டு கவுன்சிலர் தொடங்கி, உயர்மட்டத்தில் உள்ள சட்டமன்ற, நாடாளுமன்ற உறுப்பினர்கள் வரை அனைவருமே மக்களின் முகங்களாக இருக்கிறார்கள். அரசு அதிகாரிகள் அல்லாத, மக்கள் பணி செய்யக்கூடிய இந்த அரசியல்வாதிகளிடம்தான், மக்களின் பிரச்சனைகள் கோரிக்கைகளாகச் சென்றடைகின்றன. அவற்றைச் செய்து முடிக்க வேண்டிய பொறுப்பிலும் அவர்களே இருக்கிறார்கள்.

தீர்க்கப்படாத பிரச்சனைகளும் மக்களின் மனநிலையும்

நமது ஜனநாயகம் கட்டமைக்கப்பட்டதிலிருந்து எத்தனையோ கோரிக்கைகளும், எத்தனையோ பிரச்சனைகளும் முன்வைக்கப்பட்டுள்ளன. அவை ஏன் முழுமையாகக் களையப்படவில்லை? அவ்வாறு களையப்பட்டிருந்தாலும், ஏன் மீண்டும் மீண்டும் அதே பிரச்சனைகள் தலைதூக்குகின்றன? அதற்கான காரணமும், காரணியும் அரசியல்வாதிகளுக்குத் தெரியும். ஒரு பிரச்சனையை உடனடியாகத் தீர்க்கவில்லை என்றாலும், அதை அப்போதைக்கு எப்படிச் சரிகட்டுவது, மீண்டும் பிரச்சனை எழுந்தால் அதை எவ்வாறாகத் தள்ளிப்போடுவது என்பது போன்ற பல வித்தைகளை அவர்கள் அறிந்து

வைத்துள்ளார்கள். மறுபுறம், இவையனைத்தையும் புரிந்துகொள்ள முடியாத அளவுக்கு மக்கள் ஒன்றும் விழிப்புணர்வு இல்லாதவர்கள் அல்ல. இன்றைய நவீன உலகத்தில், எதையும் கேள்விகள் மூலமாக மிகக் கச்சிதமாகத் தெரிந்துகொள்ளும் வாய்ப்பு மக்களிடம் உள்ளது. இருப்பினும், "நிலைமை மாறிவிடப் போகிறதா என்ன?" என்ற சலிப்பில், வேறு வழியின்றி அவர்கள் அதிலிருந்து பின்வாங்கிக் கொள்கிறார்கள்.

தேர்தல் களமும் சமூகக் கட்டமைப்பும்

இந்த நிலைமைக்கு மிக முக்கியமான முதல் காரணியாக இருப்பது நமது சமுதாயக் கட்டமைப்புதான். ஒவ்வொரு பகுதியிலும் அல்லது கிராமத்திலும் ஒரு குறிப்பிட்ட சமூகக் குழுக்களாகவே மக்கள் வாழ்ந்து வருகின்றனர். "இது நகர்ப்புறங்களுக்குச்

சாத்தியமா?" என்று கேட்டால், அங்கும் இதே நிலைதான் நீடிக்கிறது. இதனால்தான், ஒவ்வொரு மாவட்டத்திலும் எந்தச் சாதியினர் பெரும்பான்மையாக இருக்கின்றனர் என்ற தரவுகளின் அடிப்படையில், தேர்தல்களின்போது வேட்பாளர்களுக்கான வாய்ப்பு வழங்கப்படுகிறது. அவர் என்ன சமூகம் என்பதைப் பார்த்த பிறகுதான், அவருக்கு அங்கே தேர்தலில் போட்டியிடும் வாய்ப்பே உறுதி செய்யப்படுகிறது.

ஒப்பீட்டு மாயையும், தொழில்நுட்பத்தின் பங்கும்

இப்படியான சூழ்நிலையில், ஒரு உலகச் செய்தி வருகிறது என்றால், கிராமங்களில் உள்ள டீக்கடை பெஞ்சுகள் தொடங்கி மிகப்பெரிய நகரங்களில் உள்ள ஐடி (IT) வளாகங்களில் உள்ள டீக்கடை பெஞ்சுகள்

வரை, மக்கள் அவரவருடைய புரிதல் மற்றும் கல்வித்திறனுக்கு ஏற்ற வகையிலே அதை பகுப்பாய்வு செய்து கலந்துரையாடுகிறார்கள். அப்போது, "ஏன் இந்தியா அமெரிக்கா மாதிரியாக மாறக்கூடாது? சிங்கப்பூர் போல மாறக்கூடாது? சிறுத்தையாக மாறக்கூடாது? சிங்கம், புலியாக மாறக்கூடாது?" என்றெல்லாம் பேசுபவர்கள் இருக்கிறார்கள். அப்படிப் பேசுபவர்களை நான் குறை கூறவில்லை; மாறாக, அதனை ஒரு நகைச்சுவையாகவே பார்க்கிறேன்.

ஆனால், உலக நடப்புகளை விரல் நுனியில் தெரிந்துகொள்ளும் நாம், நமது ஊராட்சியின் வரவு-செலவுத் திட்டங்களை ஏன் தெரிந்துகொள்ளத் தயங்குகிறோம்? தொழில்நுட்பம் என்பது வெறும் உலகச் செய்திகளைப் படிப்பதற்கானது மட்டுமல்ல;

அது அடிமட்ட அரசியலைச் சுத்தப்படுத்தும் மாபெரும் ஆயுதம். உணவு, உடை, இருப்பிடம் ஆகியவை ஒரு மனிதனுக்கு எவ்வளவு முக்கியமோ, அதைப்போலவே நாம் வாழுகின்ற சமுதாயக் கட்டமைப்பு மிக மிக முக்கியமானது. எந்தப் பண்பாடு, எந்தச் சமூகம் மற்றும் எந்தெந்தக் காரணிகள் உங்களுடைய குணநலன்களை வடிவமைக்கின்றனவோ, அவைதான் உங்களை இன்று இந்த இடத்தில் நிறுத்தி வைத்துள்ளன என்பதை நீங்கள் தெளிவாகப் புரிந்துகொள்ள வேண்டும்.

தலைமைத்துவத்தின் சுழற்சியும் அரசியல் மாற்றமும்

உண்மையான அரசியல் மாற்றம் உங்களுக்குள்ளே ஏற்பட வேண்டும். ஆனால் நாமோ, யாரோ ஒருவரைத் தலைவராகத்

தேர்ந்தெடுத்து, நாம் விரும்புகின்ற அரசியலை அவர் மூலமாகப் பெற்றுவிட முடியும் என்று நம்புகிறோம். அதனால்தான் ஒவ்வொரு கால சுழற்சியிலும் ஒவ்வொரு புதிய தலைவரும், ஒவ்வொரு கட்சி அமைப்பும் உருவாகின்றன.

தொடக்கத்தில் மக்கள் அவர்களை ஆதரிக்கின்றனர்; பின்னர் அவர்களே அதற்கு எதிர்ப்பாகவும் மாறுகின்றனர்.

ஒரு சந்ததி ஆதரித்ததை, அடுத்த சந்ததி எதிர்க்கிறது. யாரோ ஒருவர் காலத்தில் உங்கள் தாத்தா தேர்ந்தெடுத்த தலைவரை இன்றைக்கு உங்களுக்குப் பிடிக்காமல் போகலாம்.

இன்றைக்கு நீங்கள் தேர்ந்தெடுக்கப் போகும் தலைவரை, நாளைக்கு உங்களுடைய பேரனுக்கோ, மகனுக்கோ பிடிக்காமல்

போகலாம். இப்படித்தான் உலகெங்கிலும் அரசியல் செயல்முறை கட்டமைக்கப்படுகிறது.

உள்ளாட்சி நிர்வாகமும் உள்ளூர் பொருளாதாரமும்

அரசியல் விழிப்புணர்வு என்பது ஏதோ தேர்தல் நாளன்று சென்று வாக்குச் செலுத்துவதோடு முடிந்துவிடுகின்ற ஒன்றல்ல. அது உங்கள் ஊரின் பொருளாதாரத்தோடு நேரடியாகத் தொடர்புடையது. அடிமட்ட நிர்வாகம் அதாவது உங்கள் கிராம ஊராட்சியோ, நகராட்சியோ ஊழலற்று, நேர்மையாகச் செயல்படும்போது, உங்கள் ஊருக்கு வரும் வரிப்பணமும் அரசு நிதியும் முழுமையாக மக்கள் நலனுக்காகவே செலவிடப்படும்.

தடையற்ற மின்சாரம், சுத்தமான குடிநீர், சீரான சாலைகள் ஆகியவை அமையும்போது, உங்கள் பகுதியிலுள்ள சிறு வியாபாரிகளும்,

விவசாயிகளும், தொழில்முனைவோரும் தானாகவே வளர்ச்சியடைவார்கள். ஊழல்வாதியின் பாக்கெட்டிற்குச் செல்ல வேண்டிய பணம், உங்கள் ஊரின் கட்டமைப்பிற்காகச் செலவிடப்படும்போது, ஒட்டுமொத்த உள்ளூர் பொருளாதாரமும் செழித்தோங்கும். ஆக, ஊழலை ஒழிப்பது என்பது வெறும் அரசியல் மாற்றம் அல்ல; அது உங்களுடைய பொருளாதாரத்தை நீங்களே உயர்த்திக் கொள்ளும் மாபெரும் தற்காப்பு நடவடிக்கை!

இளைஞர்களின் பங்கும் புதிய அரசியல் சிந்தனையும்

காலங்காலமாகத் தாத்தாக்களும் தந்தையர்களும் பின்பற்றிய அதே பழமையான அரசியல் பாதையில் இன்றைய இளைய

தலைமுறையும் பயணிக்க வேண்டிய அவசியமில்லை. நாளைய சரித்திரத்தின் நாயகர்களான இளைஞர்களின் கைகளில்தான் இந்தத் தேசத்தின் அடிமட்ட அரசியல் மாற்றம் காத்திருக்கிறது.

பழைய ஜாதி, மத, மற்றும் குறுகிய அரசியல் கட்டமைப்புகளை உடைத்தெறியும் வல்லமை நவீன சிந்தனை கொண்ட இளைஞர்களுக்கு மட்டுமே உண்டு. அவர்கள் வெறும் பார்வையாளர்களாகவோ அல்லது சமூக வலைதளங்களில் மட்டும் விமர்சிப்பவர்களாகவோ சுருங்கிவிடக் கூடாது. மக்கள் மன்றங்களான கிராம சபைகளிலும், வார்டு கூட்டங்களிலும் இளைஞர்கள் நேரடியாகக் களமிறங்க வேண்டும். விழிப்புணர்வுள்ள ஒரு புதிய சமுதாயத்தை கட்டமைக்கும் பொறுப்பை அவர்கள் தங்கள்

தோள்களில் சுமக்கத் தொடங்கினால், காலாவதியான அரசியல் வியூகங்கள் யாவும் காணாமல் போகும்.

அடிமட்ட ஒற்றுமையே நமக்கான ஆயுதம்

எனவே, என் அன்பிற்குரிய வாசகப் பெருமக்களே! நாம் வாழக்கூடிய சமுதாயக் கட்டமைப்பில், நமது பகுதியை எவ்வளவு ஒற்றுமையாக, வளமாக, நலமாக வைத்திருக்கிறோம் என்பதே முக்கியம்.

செயல் திட்டங்களைச் சிறப்பாகவும், ஊழலற்ற வகையிலும் மாற்றுவதற்கு உங்கள் கிராமம் தொட்டு நகரம் வரை முதலில் சிறப்பாக நிர்வகிக்க நீங்கள் ஒருங்கிணைந்துவிட்டீர்கள் என்றால், நீங்களே உங்கள் பிரச்சனைகளைக் கையாளக் கற்றுக்கொண்டு விட்டீர்கள் என்று அர்த்தம்.

உண்மையான ஜனநாயகம் என்பது மாநிலத் தலைநகரிலோ, நாடாளுமன்றத்திலோ இல்லை; அது கிராம சபைகளிலும், வார்டு கூட்டங்களிலும்தான் உயிர் வாழ்கிறது. அங்கே நீங்கள் ஒருங்கிணைந்து எழுப்பும் ஒற்றைக் கேள்வி, சட்டமன்றம் வரை எதிரொலிக்கும் வலிமை கொண்டது.

அப்படி ஒரு விழிப்புணர்வு நிலை வரும்போது, உங்களைப் பார்த்து அரசாங்கமும், அரசு அதிகாரிகளும், அரசியல்வாதிகளும் தாமாகவே மாறிப் போவார்கள்.

உங்களிடம் ஊழல் செய்யவே அவர்கள் பயப்படுவார்கள். 'கையூட்டு' (லஞ்சம்) என்றாலே தெறித்து ஓடுவார்கள்.

ஒவ்வொருவரும் முற்படுவோம்! முடித்துக் காட்டுவோம்! வெற்றியை நமதாக்குவோம்!

எட்டு

மாணவர்களுக்கு அரசியல் கல்வி: காலத்தின் கட்டாயம்

அன்பிற்குரிய மக்களே! வளரும் குழந்தைகளுக்குச் சிறுவயதிலிருந்தே அரசியல் கற்பிக்கப்பட வேண்டியது இன்றைய சூழலில் மிக அவசியமாகும்.

பள்ளிகளில் உள்ள பாடப்புத்தகங்கள் குழந்தைகளின் அறிவு வளர்ச்சிக்காகவும், அவர்கள் தங்களது எதிர்கால வாழ்க்கையில் எவ்வாறு செயலாற்ற வேண்டும் என்பதற்காகவுமே பெரும்பாலும் வடிவமைக்கப்பட்டுள்ளன. அதோடு,

சமூக அறிவியல்' என்ற பாடமும் மாணவர்களுக்குக் கற்பிக்கப்படுகிறது. இருந்தபோதிலும், மாணவர்கள் ஆறாம் அல்லது ஏழாம் வகுப்புப் படிக்கும் ஒரு குறிப்பிட்ட வயதை எட்டும்போது, இந்த உலகத்தை அவர்கள் அணுகும் விதமும், அவர்களின் எதிர்காலக் குறிக்கோள்களும் மெல்ல மெல்ல வடிவம் பெறத் தொடங்குகின்றன.

"எதிர்காலத்தில் நீங்கள் என்னவாகப் போகிறீர்கள்?" என்பதுதான் வகுப்பறைகளில் ஆசிரியர்களாலும், அவர்கள் சந்திக்கும் மற்றவர்களாலும் திரும்பத் திரும்பக் கேட்கப்படும் முதன்மையான கேள்வியாக இருக்கிறது. மருத்துவரா, பொறியாளரா என வேலையை நோக்கியே அவர்களை நாம் தயார்படுத்துகிறோம்; ஆனால், தேசத்தின்

மீதும் மக்கள் மீதும் அக்கறைகொண்ட பொறுப்புள்ள குடிமகனாக ஆவதற்கு அவர்களைத் தயார்படுத்துகிறோமா?

பாடப்புத்தகங்களில் அரசியல் ஏனில்லை

இப்படிப்பட்ட சூழ்நிலையில் நான் ஒரு கேள்வியை முன்வைக்க விரும்புகிறேன்: நம்முடைய வருங்கால தேசத்திற்காக, வருங்கால இளைஞர்களுக்காக, வருங்காலச் சந்ததியினரான இந்தக் குழந்தைகளுக்காக, உண்மையான அரசியல் என்றால் என்ன என்பதை ஏன் நாம் பாடப்புத்தகங்கள் வழியாகக் கற்பிக்கக் கூடாது? சமூக அறிவியலில் அரசாங்கத்தின் அமைப்புகளைப் (Civics) பற்றிப் படிக்கிறோம்; ஆனால் நேர்மையான அரசியல் எப்படி இருக்க வேண்டும்? அரசியலில் ஊழல் ஏன் இருக்கக் கூடாது? நம் நாட்டையும் மக்களையும்

எவ்வாறு நேசிக்க வேண்டும்? என்பது போன்ற வாழ்வியல் அறங்களை அவர்களுக்கு நாம் ஏன் போதிக்கக் கூடாது?

ஆறாம் வகுப்பு முதலே அறம் சார்ந்த அரசியல் குறித்த தெளிவான புரிதலைப் பாடப்புத்தகங்கள் வாயிலாக மாணவர்களுக்கு வழங்க வேண்டும்.

அப்படிச் செய்தால், அவர்கள் பள்ளிப் படிப்பை முடித்துக் கல்லூரிக்குள் நுழையும்போது, அரசியல் குறித்தும், இந்த நிலம், பண்பாடு, மக்களின் அடையாளம் குறித்தும் ஒரு முழுமையான புரிதலைப் பெற்றிருப்பார்கள்.

ஒரு சிறந்த தேசப்பற்றாளனாகவும், இந்தியாவின் மாண்பை நேசிக்கும் ஒரு உன்னதக் குடிமகனாகவும் அவர்கள் உருவாவார்கள். இந்த மக்களையும், இந்த மண்ணையும், நாட்டையும் முன்னேற்ற

வேண்டும் என்ற உந்துதல் அவர்களுக்குள் இயல்பாகவே ஏற்படும். அதற்கேற்ப, தேவையான அரசியல் பாடங்களைச் சிறுவயதிலேயே குழந்தைகளுக்குக் கற்பிக்க வேண்டிய காலக் கட்டாயத்தில் நாம் இருக்கிறோம் என்பதில் எவ்வித மாற்றுக்கருத்தும் இல்லை.

அரசியல் மீதான பார்வையை மாற்றுதல்

குழந்தைப்பருவத்திலிருந்தே அரசியலின் உண்மையான நோக்கத்தை அவர்கள் கற்றுக்கொள்ளும்போது, 'அரசியல் என்பது ஏதோ நமக்குத் தேவையில்லாத ஒன்று' அல்லது 'அது தவறானவர்களின் களம்' என்ற மாயப் பிம்பம் அவர்களை விட்டு விலகும்.

மாறாக, நம்முடைய வாழ்க்கையும், வளர்ச்சியும், உரிமைகளும் எப்படி இருக்க வேண்டும் என்பதைத் தீர்மானிக்கும் மிக

முக்கியமானதொரு கருவியே அரசியல் என்பதை அவர்கள் ஆழமாக உணர்ந்து கொள்வார்கள். சிறந்த தலைவர்களைத் தேர்ந்தெடுக்கும் பகுத்தறிவு அவர்களுக்குச் சிறுவயதிலேயே விதைக்கப்பட்டுவிடும்.

எனவே, வருங்காலங்களில் சிறப்பான மற்றும் தெளிவான முறையில் அறம் சார்ந்த அரசியல் குறித்த பாடங்கள் மாணவர்களுக்கு வழங்கப்பட வேண்டும்;

இது நம் கல்வி முறையில் கட்டாயமாக்கப்பட வேண்டும் என்பதே என்னுடைய ஆழமான வேண்டுகோள். மக்களும் இதையேதான் பெரிதும் விரும்புகிறார்கள். வாருங்கள், இதை ஒன்றிணைந்து நிறைவேற்றுவோம்!

ஒன்பது

மாற்றத்தின் விதையும்; பெற்றோரின் பங்கும்: குடும்பமே தேசத்தின் முதல் அரசியல் களம்

சமூக அந்தஸ்தும் தனிமனித உழைப்பும்

அன்பான மக்களே! 'மாற்றம்' என்பது வெறும் அரசியல் மேடை முழக்கம் அல்ல; அது ஒவ்வொரு வீட்டின் வாசலிலும் தொடங்கும் ஒரு யதார்த்தம். இந்தச் சமூகத்தில் ஒருவருடைய கல்வி, திறமை மற்றும் அவர் செய்கின்ற தொழில் ஆகியவற்றின் அடிப்படையில்தான், அவருக்கான சமூகக்

கண்ணோட்டமும் சமூக அந்தஸ்தும் தீர்மானிக்கப்படுகின்றன. இவற்றை மக்கள் வேறு யாரிடமிருந்தோ இரவலாகப் பெறுவதில்லை; தங்களுக்குத் தாங்களேதான் வியர்வை சிந்தி உருவாக்கிக் கொள்கிறார்கள். தங்களுடைய படிப்பு, தொழில், திறமை, குடும்பச் சூழ்நிலை, பொருளாதார இருப்பு ஆகியவற்றைக் கொண்டே, யார் எங்கு இருக்க வேண்டும், எதைச் செய்ய வேண்டும் என்பதை அவர்கள் தீர்மானிக்கிறார்கள்.

பெற்றோர்களே தேசத்தின் முதல் அரசியல் காரணி

இதை நான் இங்கே ஏன் இவ்வளவு ஆழமாகக் குறிப்பிடுகிறேன் என்றால், "தாயைப் போல பிள்ளை, நூலைப் போல சேலை" என்றொரு பழமொழி உண்டு. ஒரு குடும்பத்தில் உள்ள தாயும் தந்தையும்தான் ஒவ்வொரு நாட்டிற்கும்

மாபெரும் அரசியல் காரணியாகத் திகழ்கிறார்கள் என்பதுதான் நிதர்சனமான உண்மை. குடும்பங்களுக்கு இடையிலான அந்த ஆழமான பாசப் பிணைப்புதான், ஒரு தேசத்தின் பொருளாதாரத்தையும் சமூகக் கட்டமைப்பையும் இயக்கும் மாபெரும் உந்துசக்தியாகச் செயல்படுகிறது. அந்தப் பெற்றோரின் வளர்ப்பின் அடிப்படையில்தான், ஒரு குழந்தை இந்தச் சமூகத்திற்கும் நாட்டிற்கும் எத்தகைய மதிப்புமிக்க குடிமகனாக அல்லது குடிமகளாக உருவாகப் போகிறது என்பது தீர்மானிக்கப்படுகிறது.

கல்வியும் சமூகப் பார்வையும்

இதற்கு ஓர் அற்புதமான எடுத்துக்காட்டு: ஒவ்வொரு தாய், தந்தையும் தம் இரத்தத்தை வியர்வையாகச் சிந்தி, கடினமாய் உழைத்துச் சம்பாதித்து, தம் பிள்ளைகளை முதலில்

அனுப்புவது பள்ளிக்கூடத்திற்குத்தான். அங்கேதான் அவர்களுக்கு முதல் பாடம் கற்பிக்கப்படுகிறது. ஒரு ஆசிரியரின் பிள்ளை, மருத்துவரின் பிள்ளை, விவசாயியின் பிள்ளை, அன்றாடக் கூலித் தொழிலாளியின் பிள்ளை என அனைத்துத் தரப்பு மக்களின் குழந்தைகளும் எந்தப் பாகுபாடுமின்றி ஒன்றாகப் பள்ளிக்குச் செல்கிறார்கள். அங்குச் சென்றவுடன் குழந்தைகளிடம் கேட்கப்படும் முதல் கேள்வி, "நீ எதிர்காலத்தில் என்னவாகப் போகிறாய்? டாக்டராகவா அல்லது இன்ஜினியராகவா?" என்பதுதான். அதன் பிறகுதான், "உன் தாய், தந்தை என்ன வேலை செய்கிறார்கள்?" என்று கேட்கப்படும். மனிதர்களின் எதிர்காலத் தகுதியைத் தீர்மானிக்கும் இந்த இடத்தில்தான், இன்றைக்கு நம் நாட்டில் நாம் ஆழமாகப்

புரிந்துகொள்ள வேண்டிய உண்மையான அரசியல் ஒளிந்திருக்கிறது.

வறுமை ஒழிப்பும் தலைமுறை மாற்றமும்

அடித்தட்டு மக்கள் முதல் மேல்தட்டு மக்கள் வரை ஒவ்வொருவரும் இந்தியர்களே. அவரவர் தகுதியின் அடிப்படையிலும், காலச் சூழ்நிலையில் ஏற்படும் மாற்றங்களின் அடிப்படையிலும்தான்.

இங்கு ஏழை, பணக்காரன் என்ற நிலை உருவாகிறது. இந்த ஏற்றத்தாழ்வு ஒவ்வொரு காலகட்டத்திலும், உலகின் ஒவ்வொரு நாட்டிலும் இருக்கத்தான் செய்கிறது;

யாராவது ஒரு அரசியல் தலைவர் உங்களிடம் வந்து, "உங்களுடைய வறுமையையும் ஏழ்மையையும் நான் இன்றைக்கே போக்குவேன்" என்று முழங்கினால், அது

முட்டாள்தனமான வாக்குறுதி என்றுதான் நான் கூறுவேன்.

உண்மையான வறுமை ஒழிப்பு சட்டமன்றங்களில் நடப்பதில்லை.

ஏதோ ஒரு காலத்தில் உங்கள் தாய், தந்தை பட்ட கஷ்டங்களையும், அவர்கள் அனுபவித்த சமூக வலியையும் இன்று நீங்கள் வளர்ந்து உங்கள் கடின உழைப்பால் ஒழித்திருக்கலாம்.

தங்களை விடப் பலமடங்கு சிறப்பான சமூக அந்தஸ்திற்கும், மதிப்புமிக்க வாழ்க்கைச் சூழலுக்கும் தம் பிள்ளைகள் வர வேண்டும்.

என்று பசியோடு உறங்கும் ஒவ்வொரு பெற்றோரும் எண்ணுவார்கள். இந்த எண்ணம் தான் உண்மையான மாற்றம்! அதுதான் நிஜமான வறுமை ஒழிப்பு!

உழைப்பே மாபெரும் அரசியல் நகர்வு

இவ்வாறாக எண்ணுகின்ற ஒவ்வொரு தாய், தந்தையும் இந்த தேசத்தின் மிகப் பலம் வாய்ந்த அரசியல் கட்டமைப்பைத் தங்கள் வீட்டுச் சுவர்களுக்குள் உருவாக்கிக் கொண்டிருக்கிறார்கள் என்பதில் எள்ளளவும் சந்தேகமில்லை. அவர்கள் இந்த தேசத்திற்கு ஆற்ற வேண்டிய மாபெரும் கடமையை மிகச் சிறப்பாகச் செய்துகொண்டிருக்கிறார்கள்.

நீங்கள் விரும்புகின்ற அரசியல் மாற்றம் வெளியில் நிகழ்ந்தாலும் சரி, நிகழவில்லை என்றாலும் சரி; நாட்டில் ஊழல் மலிந்த சூழல் இருந்தாலும் சரி, நேர்மையான சூழல் இருந்தாலும் சரி எந்தப் பெற்றோரும் தம் குழந்தை ஒரு சிறப்பான நிலையை அடைய வேண்டும் என்பதற்காகச் சிந்துகின்ற வியர்வையும், அவர்கள் பெறுகின்ற

வேலையும், சம்பாத்தியமும், சமூக அந்தஸ்துமே, இந்த நாட்டின் உண்மையான அரசியல் மாற்றத்திற்கான மாபெரும் நகர்வாகும். இரவு பகல் பாராது அவர்கள் ஆற்றுகின்ற அந்தக் கடின உழைப்பே, இந்த தேசத்தை முன்னிறுத்தும் அறம்!

ஆலமரமாக வளரும் தேசப்பற்று

தம் தாய், தந்தை எத்தகைய கடினமான சூழ்நிலையிலும் கஷ்டப்பட்டுத் தங்களை இந்த உயர்ந்த இடத்திற்குக் கொண்டு வந்திருக்கிறார்கள் என்பதை உணரும் பிள்ளைகள், "நாமும் அவர்களுக்கு ஏதாவது செய்ய வேண்டும்".

அவர்கள் இருந்த நிலையை விட ஒரு படி மேலே செல்ல வேண்டும்; அதை நம் வருங்காலக் குழந்தைகளுக்கும் விட்டுச் செல்ல வேண்டும்" என்று நெஞ்சார

எண்ணுவார்கள். இதுதான் உண்மையான மாற்றத்திற்கான ஆணிவேர்!

இவை ஒரு குடும்பத்தில் சரியாக நடந்துவிட்டாலே போதும்; வெகு விரைவில் ஒட்டுமொத்த அரசியலும் தூய்மையடையும்.

நமது வீட்டிலும் நாட்டிலும் ஊழலும் லஞ்சமும் வேரறுக்கப்படும்.

மக்களுக்குச் சேர வேண்டிய நலத்திட்டங்களோ, வளப்படுத்தும் திட்டங்களோ எதுவாக இருந்தாலும் அது தடையின்றிச் சரியாக வந்து சேரும்.

பெற்றோர் என்ற ஒற்றைச் சக்தி தேசத்தின் நலன் விரும்பியாக மாறும்போது, அவர்களின் பிள்ளைகள் தேசத்தின் மாபெரும் நலன் விரும்பிகளாக, விழுதுவிட்ட ஆலமரமாக உயர்ந்து நிற்பார்கள் என்பது உறுதி.

இந்த ஒற்றை எண்ணம் விருட்சமாக வளர வளர, நம்முடைய வளர்ச்சி என்றைக்கும் நிலையானதாக மாறும்.

நாம் விரும்பிய நேர்மையான அரசியல், நம் கைகளில் கட்டாயம் நிகழ்ந்தே தீரும் என்பது திண்ணம்!

நான் மேற்கூறிய இந்தக் கருத்திற்கான கூடுதல் விளக்கத்தை, வருகின்ற அடுத்த அத்தியாயத்தில் உங்களுக்குத் தருகிறேன்.

பத்து

அதிகாரமும் பொறுப்பும்: குடும்பத்திலிருந்து தொடங்கும் தேசக் கட்டமைப்பு

ஆக்கமும் அழிவும் அதிகாரத்தின் கைகளிலேயே!

வாருங்கள், முந்தைய அத்தியாயத்தில் நான் ஆழமாகக் குறிப்பிட்ட அந்தக் கருத்திற்கான கூடுதல் விளக்கத்தை இப்போது விரிவாகப் பார்ப்போம். நாம் தேர்ந்தெடுக்கக்கூடிய அரசியலமைப்போ, அரசியல் கட்சியோ அல்லது அரசியல் தலைவர்களோ, அரசு

அதிகாரிகளோடு இணைந்து முழுமையாகச் செயல்படும்போதுதான் ஒரு நாட்டின் நிர்வாகம் முழுமையடைகிறது. இந்த இரு தரப்பும் கைகோர்த்து நினைத்தால், நாட்டின் வளங்களையும், நலத்திட்டங்களையும் மென்மேலும் மேம்படுத்தி உச்சத்திற்குக் கொண்டுசெல்ல முடியும்; அல்லது சுயநலத்தால் ஒட்டுமொத்தமாகச் சீர்குலைத்து அழித்துவிடவும் முடியும்.

ஒரு நாட்டில் நல்ல அரசியல் தலைவரும், நேர்மையான நிர்வாக அமைப்பும் ஒருங்கே அமையும்போது, அந்த நாட்டின் வளர்ச்சி என்பது கற்பனைக்கு எட்டாத அளவுக்கு அபரிமிதமாக இருக்கும். இது உலகின் ஒவ்வொரு நாட்டிற்கும் பொருந்தும் பொது விதி; இதை நாமும் பல நாடுகளின் வரலாற்றில் கண்கூடாகப் பார்த்திருக்கிறோம்.

மாறாக, மக்களையும் அரசு அதிகாரிகளையும் சரியான முறையில் கட்டமைக்கத் தவறிய அல்லது அவற்றைக் கண்டுகொள்ளாத பொறுப்பற்ற அரசியல் தலைவர்கள் அமையும்போது, அங்கே சீர்குலைவும் வீழ்ச்சியும் நிச்சயமாக நடந்தே தீரும். இதையும் நாம் உலக வரைபடத்தில் சிதைந்துபோன பல நாடுகளின் வாயிலாகக் கண்கூடாகப் பார்த்திருக்கிறோம்.

தேர்தல் எனும் ஆயுதமும், அரசியல் யதார்த்தமும்

எனவே அன்பான மக்களே! இன்றைய சூழ்நிலையில் யாரைத் தேர்ந்தெடுத்தால் சரியான நிர்வாகம் அமையும் என்பது உங்களுக்குக் கண்டிப்பாகத் தெரியும். நீங்கள் தெளிவான சிந்தனையோடு, நேர்மையானவர்களைத் தேர்ந்தெடுக்கும்போது,

அவர்கள் இந்த நாட்டையும், அதன் மாபெரும் கட்டமைப்பையும், உங்களுக்குத் தேவையான அனைத்தையும் பொறுப்புடன் பார்த்துக் கொள்வார்கள். ஆனால், அந்த நன்மைகள் தடையின்றி உங்களை வந்தடைவது என்பது, அந்தந்த காலகட்டம், சமூகச் சூழ்நிலை மற்றும் நீங்கள் தேர்ந்தெடுத்த அரசியல் தலைவர்களின் அன்றாடச் செயல்பாடுகளைப் பொறுத்தே அமைகிறது.

அரசியல் என்பது என்றைக்கும் ஒரு நேரான கோடு அல்ல; அது பல வளைவு நெளிவுகளையும், கணிக்க முடியாத திருப்பங்களையும் கொண்டது. யாரோ ஒருவர் கடந்த காலத்தில் செய்த மாபெரும் தவறுகளை, புதிதாக வரும் அரசியல்வாதிகள் துணிந்து மாற்றுவதும் உண்டு; அல்லது அதைக் கண்டுகொள்ளாமல் தங்கள்

சுயநலத்தோடு கடந்து செல்பவர்களும் உண்டு. இதுதான் அரசியலின் யதார்த்தம். இதில் குறைகளும் இருக்கும், நிறைகளும் இருக்கும். பல தசாப்தங்களாக மலிந்து கிடக்கும் அத்தனை அரசியல் குறைகளையும் ஒரே அடியாகச் சரிசெய்துவிட முடியாது; அதே நேரத்தில் அனைத்தையும் ஒரே இரவில் நிவர்த்தி செய்து காட்டவும் எவராலும் முடியாது.

பழியை யார் மீது சுமத்துவது

உலகில் எங்குப் பார்த்தாலும் நிறைகள் என்று ஒன்று இருந்தால், குறைகள் என்று ஒன்று இருக்கத்தான் செய்யும். ஆனால், இந்த உலகப் பொது விதியை அரசியல்வாதிகள் தங்களுக்கு மிகக் கச்சிதமாகப் பொருத்தி, தங்கள் தவறுகளுக்குக் கவசமாக்கி விட்டார்கள்!

இதற்காக அவர்களை மட்டுமே நாம் முழுமையாகக் குறை கூறிப் பழியைச் சுமத்திவிட முடியாது. ஒரு நாட்டின் அரசியலைத் தீர்மானிப்பதில் உலக அரசியல், உலகப் பொருளாதாரச் சூழ்நிலை ஆகியவை எவ்வளவு முக்கியமோ, அதைவிட பன்மடங்கு முக்கியமானது மக்களின் அடிமட்டச் சமூகக் கட்டமைப்பு. மக்களின் சமூக இருப்பு மற்றும் சமூகச் சூழ்நிலைகளை அவர்கள் எப்படிக் கையாளுகிறார்கள் என்பதுதான் ஒரு நாட்டின் தலையெழுத்தைத் தீர்மானிக்கும் மிக முக்கியமான முதன்மைக் காரணியாகும்.

அனைத்தையும் இணைக்கும் மாபெரும் சூத்திரம்

எனவே, நீங்கள் உங்களுடைய சமூக நலனைச் செவ்வனே கட்டமைத்து, அதைச் சிறப்பாக வைத்திருக்க விரும்பினால், நான் முந்தைய

அத்தியாயத்தில் கூறிய அந்த ஒற்றைத் தாரக மந்திரத்தைக் கையில் எடுங்கள் "**பெற்றோர் தம் பிள்ளைகளுக்கு ஆற்ற வேண்டிய கடமை மற்றும் பிள்ளைகள் தம் பெற்றோருக்கு ஆற்ற வேண்டிய தேசக் கடமை!**" பணமும், சாதியும், சுயநலமும் தீர்மானித்த அரசியலை, இனி பெற்றோரின் தியாகமும், அறம் சார்ந்த இளைஞர்களின் கல்வியும் தீர்மானிக்கட்டும். ஜனநாயகத்தில் மக்கள் வெறும் பார்வையாளர்கள் அல்ல; அவர்கள் அதை இயக்கும் பங்கேற்பாளர்கள்! குடும்பம் என்னும் அடித்தளத்தில் இந்தக் கடமையை நீங்கள் வழுவாமல் சரியாகச் செய்தாலே போதும். அறம் சார்ந்த ஒவ்வொரு குடும்பமும் தானாகவே தேச நலன் விரும்பியாக மாறும். அப்படி மாறும்போது, எந்தவித அதிகாரத் தலையீடும் இன்றி, ஊழலற்ற நிர்வாகமும், சீரான

பொருளாதாரமும் உங்கள் வாசலைத் தேடி வரும். உங்கள் பகுதியும், ஊரும் ஒரு தேச நலன் விரும்பும் மாபெரும் கூட்டமைப்பாக, விழிப்புணர்வு பெற்ற சமூக நலக் கூட்டமைப்பாக உருமாறும்.

வெற்றி நிச்சயம்

அப்படி ஒரு உன்னத நிலை வந்துவிட்டால் பிறகு என்ன கவலை? உங்களுக்கு நீங்களே அனைத்து விதமான அரசியல் மற்றும் அரசு சார்ந்த திட்டங்கள் அனைத்தையும், எவருடைய தலையீடும், இடைத்தரகர்களின் சுரண்டலும் இல்லாமல், மிகச் சிறப்பாகவும் ஊழலற்ற முறையிலும் செயலாற்றுவீர்கள் என்ற முழுமையான நம்பிக்கை எனக்குள் இருக்கிறது; அந்த நம்பிக்கை இப்போது இந்தப் பக்கங்களை வாசிக்கும் உங்களுக்குள்ளும்

ஆழமாக விதைக்கப்பட்டுவிட்டது என்று நெஞ்சார நம்புகிறேன்.

இது போதும்! நாம் தேச நலன் விரும்பிச் செயல்படும் விழிப்புணர்வுள்ள குடிமக்கள் என்பதையும், இந்தத் தேசத்தின் உயர்குடி மக்கள் நாமே என்பதையும் நிரூபிக்கும் மாபெரும் தருணம் இன்று பிறந்துவிட்டது.

நேர்மையான அரசியலை நோக்கிய நமது பயணத்தில் மகிழ்ச்சி பொங்கட்டும்; தேசத்தின் வெற்றி நிச்சயம்!

முடிவுரை

சாமானியனின் வியர்வையில் ஒளிரும் மாபெரும் பாரதம்

அறத்தால் உயரும் தேசம்

அன்பிற்குரிய தேச நலன் விரும்பும், 'நாம் விரும்பும் நம் அரசியல்' அமைய வேண்டும் என விழையும் இப்புத்தகத்தின் வாசகர்களே!

நம்முடைய தேசத்தில் மக்கள்தொகை மிகப்பெரிய அளவில் இருக்கலாம்; அதற்கேற்ப உட்கட்டமைப்பு மற்றும் அடிப்படை வசதிகள் அமைந்தாலும் அமையாவிட்டாலும், சாமானிய மக்கள் அதனை ஒரு பெருங்குறையாக எண்ணி முடங்கிப்

போவதில்லை. மாறாக, அரசியலுக்கும் அரசாங்கத்துக்கும் அப்பாற்பட்டு, "இந்த நாடும், இந்த மக்களும், இந்தப் பண்பாடும் தழைத்தோங்க வேண்டும்" என்ற உயரிய அறத்தோடு அவர்கள் தத்தம் அன்றாடக் கடமைகளைச் செய்கிறார்கள். தங்களின் ஓய்வில்லாத, மகத்தான உழைப்பையும் வியர்வையையும், தினசரி செய்கின்ற தொழிலின் மூலமும் அறவழியில் ஈட்டும் பொருளின் மூலமும் இந்த நாட்டுக்காக அர்ப்பணிக்கிறார்கள். "நாடும் நாட்டு மக்களும் நலம் பெற வேண்டும்" என எந்தவிதப் பிரதிபலனும் எதிர்பாராது உழைக்கின்ற இந்த 'அமைதியான பெரும்பான்மை' (Silent Majority) இங்கு இருப்பதால்தான், பணநாயகமோ, ஊழல் சுழற்சியோ, வேறு எந்தவொரு அரசியல் மற்றும் பொருளாதார நெருக்கடியோ நம் தேசத்தையும் கலாச்சாரத்தையும் ஒருபோதும்

வீழ்த்தியதில்லை; இனியும் வீழ்த்தப் போவதுமில்லை!

குடும்பம் என்னும் தேசக் கோட்டை

உண்மையான அரசியல் மாற்றங்கள் பாராளுமன்றத்திலோ சட்டமன்றத்திலோ தொடங்குவதில்லை; அது ஒவ்வொரு சாமானியனின் வீட்டிலும், குடும்பத்திலும் தொடங்குகிறது. காஷ்மீர் தொட்டு கன்னியாகுமரி வரை வாழும் ஒவ்வொரு இந்தியக் குடும்பமும், தங்களை ஒரு 'தேச நலக் குடும்பமாக' நெஞ்சார வரித்துக்கொண்டிருக்கிறது. அதனால்தான், இந்தியா எத்தனையோ சூழ்ச்சிகளையும், அந்நியப் படையெடுப்புகளையும், உள்நாட்டுச் சவால்களையும் சந்தித்தபோதும், அவற்றை மாபெரும் சாதனையாகவும் வெற்றியாகவும் மாற்றிச் சரித்திரத்தில் கம்பீரமாக நிற்கிறது.

குறைகளும் குற்றங்களும் நிறைந்த அரசியல் சூழ்நிலைகளிலும், தேசத்தின் நலனை மட்டுமே சிந்திக்கின்ற இந்தக் குடும்பங்கள் இருக்கும் வரையில், எத்தனை சவால்கள் வந்தாலும் அதனை அடித்து நொறுக்கி விட்டு எம் பாரதம் வீறுநடை போடும்.

நான் இந்தியன் - சோர்வை விரட்டும் மந்திரம்

எத்தகைய அரசியல்வாதிகள் அமைந்தாலும், "இந்தச் சமூகத்தில் நாமும் சுயமாக முன்னேற வேண்டும்; நம் சந்ததியை அடுத்த கட்டத்திற்குச் கொண்டு செல்ல வேண்டும்" என்ற விழிப்புணர்வும் கண்ணியமும் ஒவ்வொரு இந்தியக் குடிமகனின் உதிரத்திலும் கலந்திருக்கிறது. அந்த மாபெரும் மக்கள் சக்திக்கு முன்னால், எந்தவொரு சுயநல அரசியல்வாதியோ, ஊழல்வாதியோ அல்லது

சமூகத்தைச் சீர்குலைக்க நினைக்கும்
எந்தவொரு தீயசக்தியோ ஒருபோதும்
நிலைத்து நிற்க முடியாது!

தேசத்தின் நலனைக் காக்கும் சாமானியர்கள்
என்றைக்கும் நெஞ்சை நிமிர்த்திக் கம்பீரமாகக்
கூறுவார்கள்:

"வாழ்க பாரதம்! வாழ்க வையகம்!
ஜெய்ஹிந்த்!"

பணமோ, சாதியோ, ஊழலோ,
பிரிவினைவாதமோ
தலைதூக்கும்போதெல்லாம், அதனைத்
சுக்குநூறாகத் தகர்த்தெறிய **நான் இந்தியன்**
என்ற இந்த ஒற்றைச் சொல்லே எங்களுக்குப்
போதுமான ஆயுதம்! இது வெறும்
வார்த்தையல்ல; பல ஆயிரம் வருடங்களாக
நம்முள் உறையும் உணர்வு; நம் உயிர் மூச்சு!

வேர்கள் பலமாக இருந்தால்

எது அரசாங்கங்களையும் தாண்டி நம்மை இத்தனை நெடுங்காலமாக இணைத்து வைத்துள்ளது? அதுதான் எங்கள் தாய்நாட்டின் பண்பாடு, பண்டைய நாகரிகம் மற்றும் 'வேற்றுமையில் ஒற்றுமை' காணும் விசாலமான மனப்பாங்கு. அரசியல் என்பதும், அதிலிருக்கும் அதிகாரிகளும் மரத்தின் கிளைகள் போன்றவர்களே; ஆனால், மக்கள் சக்திதான் அதன் ஆணிவேர்! வேர்கள் ஆழமாகவும் வலிமையாகவும் நிலத்தைப் பற்றிக்கொண்டிருக்கும்போது, எத்தகைய அரசியல் புயல் வீசினாலும் இந்தத் தேசம் என்னும் மரம் ஒருபோதும் சாயாது.

அப்படியிருக்க, நேர்மையான அரசியல் இன்னும் அமையவில்லையே என்று நாம் எதற்காகச் சோர்வடைய வேண்டும்?

நாம்தானே ஒவ்வொரு நிமிடமும் அதை நம் நேர்மையான உழைப்பால் உருவாக்கிக் கொண்டிருக்கிறோம்! நாம் விரும்பும் அந்த உன்னதமான அரசியல், ஏதோ ஒருநாள் வானிலிருந்து குதிக்கப் போவதில்லை; அது நாம் ஒவ்வொருவரும் செய்யும் தினசரி அறச் செயல்களின் கூட்டு விளைவாக இப்போதே நம்மைச் சுற்றி உருவாகத் தொடங்கிவிட்டது.

விதைத்த கனவுகளும், அறுவடையாகும் வெற்றியும்

இறுதியாக, மாற்றம் என்பது ஒரு தலைமுறையில் முடிந்துவிடுகின்ற குறுகிய பயணமல்ல. ஒவ்வொரு குடும்பத்தில் உள்ள தாயும் தந்தையும், தாங்கள் வாழ்ந்த சமூகத்தை விட, தாங்கள் பட்ட கஷ்டங்களை விட, தம் பிள்ளைகளின் எதிர்காலம் இருமடங்கு சிறப்பாகவும், நேர்மையாகவும்

அமைய வேண்டும் என்று ஆழமாகத் நம்பித் தங்கள் வாழ்நாளையே தியாகம் செய்கிறார்கள். அப்படித் தம் குழந்தைகளுக்காக ஒரு தூய்மையான, ஊழலற்ற சமூகத்தைக் கனவு காணும் ஒவ்வொரு இந்தியப் பெற்றோரின் தியாகமும் ஒருபோதும் வீண்போகாது.

இத்தகைய அறம் சார்ந்த பெற்றோர்கள் வாழும் வரை:

வாழும் எம் மக்கள்; வளரும் எம் பாரதம் வெற்றி நிச்சயம்! 'நாம் விரும்பிய நம் அரசியல்' என்றென்றும் வாகை சூடும்.

www.ingramcontent.com/pod-product-compliance
Lightning Source LLC
LaVergne TN
LVHW100329210926
848480LV00003B/1291